SÁCH NẤU SÚP LẠNH HOÀN THÀNH

Đánh tan cái nóng với 100 món súp ướp lạnh thơm ngon, hoàn hảo cho mùa hè và hơn thế nữa

Trung Anh

Tài liệu bản quyền ©2024

Đã đăng ký Bản quyền

Không phần nào của cuốn sách này được phép sử dụng hoặc truyền đi dưới bất kỳ hình thức nào hoặc bằng bất kỳ phương tiện nào mà không có sự đồng ý bằng văn bản thích hợp của nhà xuất bản và chủ sở hữu bản quyền, ngoại trừ những trích dẫn ngắn gọn được sử dụng trong bài đánh giá. Cuốn sách này không nên được coi là sự thay thế cho lời khuyên về y tế, pháp lý hoặc chuyên môn khác.

MỤC LỤC

MỤC LỤC **3**
GIỚI THIỆU **6**
GAZPACHO **7**
   1. VƯỜN GAZPACHO 8
   2. GAZPACHO BA QUẢ CÀ CHUA VỚI CHIPOTLE CRÈME 10
   3. RAU MÙA HÈ GAZPACHO 12
   4. GAZPACHO VỚI DITALINI VÀ CHILE AIOLI 14
   5. GAZPACHO ĐEN VÀ VÀNG 17
   6. DƯA HẤU GAZPACHO 19
   7. BƠ GAZPACHO 21
   8. NGÔ VÀ HÚNG QUẾ GAZPACHO 23
   9. GAZPACHO XOÀI VÀ DỨA 25
   10. DƯA CHUỘT VÀ SỮA CHUA GAZPACHO 27
   11. DÂU TÂY VÀ HÚNG QUẾ GAZPACHO 29
   12. ỚT ĐỎ NƯỚNG VÀ GAZPACHO HẠNH NHÂN 31
   13. XOÀI CAY VÀ NGÒ GAZPACHO 33
SÚP TRÁI CÂY LẠNH **35**
   14. CANH MẬN LẠNH 36
   15. SÚP HOA QUẢ HỘP NGỌC 38
   16. SÚP SÉNÉGAL 40
   17. CANH ANH ĐÀO RỪNG 42
   18. SÚP TRÁI CÂY MÙA 44
   19. SÚP TÁO ĐAN MẠCH 46
   20. CANH DƯA LƯỚI ƯỚP LẠNH 48
   21. SÚP VIỆT QUẤT NA UY 50
   22. KEM LẠNH CẢI XOONG & SÚP TÁO 52
   23. CANH ANH ĐÀO CHUA LẠNH 54
   24. SÚP TÁO ĐAN MẠCH VỚI TRÁI CÂY VÀ RƯỢU VANG 56
   25. SÚP DÂU ĐÀO LẠNH 58
   26. SÚP KEM CHUA MƠ LẠNH 60
   27. SÚP DÂU TÂY LẠNH CARAMEL MOUNTAIN RANCH 62
   28. CANH ĐU ĐỦ LẠNH 64
   29. CANH ANH ĐÀO 66
   30. CHÈ ĐAN MẠCH 68
   31. CANH MƯỚP BẠC HÀ LẠNH 70
   32. SÚP VIỆT QUẤT LẠNH VỚI KEM THẢO MỘC CAM 72
   33. SÚP TRÁI CÂY NA UY (SOTSUPPE) 74
   34. SÚP SỮA CHUA DÂU LẠNH 76
   35. SÚP DÂU / VIỆT QUẤT 78
   36. SÚP BƠ CARIBE 80
SÚP RAU CỦ LẠNH **82**

- 37. Khoai lang Vichyssoise 83
- 38. Súp bơ cà chua lạnh 85
- 39. Canh hạt điều dưa chuột 87
- 40. Súp Cà Rốt Lạnh 89
- 41. Súp củ cải ướp lạnh 91
- 42. Canh rau xanh lạnh với cá 93
- 43. Súp Cà Chua Lạnh 95
- 44. Súp cà rốt sữa chua 97
- 45. Súp Bí ngòi & Tỏi tây lạnh 99
- 46. Súp bí xanh và bơ 101
- 47. Canh lạnh rau bina 103
- 48. Súp bơ lạnh sốt kem ngò ớt 105
- 49. Canh củ cải đỏ 107
- 50. Súp cà chua ớt đỏ 109
- 51. Súp gừng cà rốt 111
- 52. Súp Bơ Lạnh 113
- 53. Súp bí ngòi cà ri tỏi 115
- 54. Súp Sữa Chua Thì Là Và Dưa Leo 117
- 55. Borscht 119
- 56. Súp bí xanh húng quế 121

SÚP CÁ LẠNH VÀ HẢI SẢN 123
- 57. Canh Dưa Leo Lạnh Tôm Thảo Mộc 124
- 58. Súp Tôm Bơ 126
- 59. Tôm hùm ướp lạnh Bisque 128
- 60. Súp Cá Hồi Lạnh 130
- 61. Cua Gazpacho ướp lạnh 132
- 62. Súp Cua Lạnh 134
- 63. Súp Sữa Lạnh Tôm 136
- 64. Súp Cua Cua Dưa Leo 138
- 65. Canh tôm dừa ướp lạnh 140
- 66. Súp cá ngừ lạnh và đậu trắng 142
- 67. Súp sò điệp và ngô ướp lạnh 144

SÚP GIA CẦM LẠNH 146
- 68. Súp gà rau củ ướp lạnh 147
- 69. Súp Thổ Nhĩ Kỳ và nam việt quất ướp lạnh 149
- 70. Súp ngô ngô 151
- 71. Súp gà tây ướp lạnh và bơ 153
- 72. Súp Orzo Gà chanh ướp lạnh 155
- 73. Súp Thổ Nhĩ Kỳ và rau bina ướp lạnh 157
- 74. Súp Gà Xoài 159
- 75. Súp cơm gà nước cốt dừa 161
- 76. Súp gà nguội, cần tây và óc chó 163
- 77. Súp măng tây lạnh trứng cút & trứng cá muối 165

SÚP THẢO LẠNH 167
- 78. CANH DƯA ĐỎ BẠC HÀ 168
- 79. SÚP BÍ XANH ƯỚP LẠNH 170
- 80. SÚP ĐẬU HÀ LAN LẠNH 172
- 81. CANH CHUA LẠNH 174
- 82. SÚP BƠ VÀ NGÒ ƯỚP LẠNH 176
- 83. SÚP ĐẬU HÀ LAN VÀ TARRAGON 178
- 84. SÚP RAU BINA VÀ THÌ 180
- 85. SÚP BÍ XANH VÀ RAU MÙI TÂY 182
- 86. SÚP MĂNG TÂY VÀ HẸ 184
- 87. SÚP CỦ CẢI VÀ BẠC HÀ ƯỚP LẠNH 186
- 88. CANH GÀ THẢO MỘC 188

SÚP ĐẬU VÀ NGŨ CỐC LẠNH 191
- 89. SÚP ĐẬU TRẮNG LẠNH PANCETTA GIÒN 192
- 90. SÚP ĐẬU LẠNH 194
- 91. SÚP ĐẬU LĂNG VÀ DIÊM MẠCH 196
- 92. SÚP ĐẬU XANH ƯỚP LẠNH VÀ BULGAR 198
- 93. SÚP ĐẬU ĐEN VÀ GẠO LỨT 200
- 94. SÚP LÚA MẠCH VÀ ĐẬU XANH ƯỚP LẠNH 202
- 95. SÚP ĐẬU LĂNG ĐỎ VÀ BULGUR ƯỚP LẠNH 204

SÚP MỲ Ý LẠNH 206
- 96. MÌ LẠNH CÀ CHUA 207
- 97. SÚP ORZO ĐỊA TRUNG HẢI ƯỚP LẠNH 209
- 98. SÚP MÌ ỐNG CÀ CHUA VÀ HÚNG QUẾ 211
- 99. SÚP PASTA PESTO ƯỚP LẠNH 213
- 100. SÚP SALAD PASTA HY LẠP ƯỚP LẠNH 215

KẾT LUẬN 217

GIỚI THIỆU

Chào mừng bạn đến với "Sách dạy nấu súp lạnh hoàn chỉnh", hướng dẫn cơ bản giúp bạn đánh bại cái nóng với 100 món súp ướp lạnh thơm ngon, hoàn hảo cho mùa hè và hơn thế nữa. Khi nhiệt độ tăng lên, không có gì sảng khoái và thỏa mãn bằng một bát súp lạnh giúp bạn hạ nhiệt và tiếp thêm sinh lực cho vị giác. Trong cuốn sách nấu ăn này, chúng tôi tôn vinh tính linh hoạt và sáng tạo của các món súp ướp lạnh, đồng thời đưa ra nhiều công thức nấu ăn đa dạng phù hợp với mọi khẩu vị và mọi dịp.

Trong cuốn sách nấu ăn này, bạn sẽ khám phá một loạt các công thức nấu súp ướp lạnh sử dụng các nguyên liệu theo mùa, hương vị sống động và kỹ thuật nấu nướng sáng tạo. Từ gazpachos cổ điển và vichyssoise kem cho đến súp trái cây lạ miệng và mì ướp lạnh cay, mỗi công thức đều được chế tạo để mang lại trải nghiệm ăn uống sảng khoái và thỏa mãn, bất kể thời tiết hay thời gian trong năm.

Điều làm nên sự khác biệt của "Cuốn sách dạy nấu súp lạnh hoàn chỉnh" là sự nhấn mạnh vào độ tươi, hương vị và sự đơn giản. Cho dù bạn là một đầu bếp dày dặn kinh nghiệm hay một người mới nấu ăn, những công thức nấu ăn này đều được thiết kế để dễ thực hiện và thích ứng với sở thích khẩu vị cũng như nhu cầu ăn kiêng của bạn. Với yêu cầu nấu nướng tối thiểu và tập trung vào việc sử dụng nguyên liệu tươi, chất lượng cao, bạn sẽ có thể chế biến một mẻ súp lạnh thơm ngon ngay lập tức, khiến món này trở thành lựa chọn hoàn hảo cho những buổi tối bận rộn trong tuần, những buổi họp mặt bình thường hoặc những bữa tiệc tối trang nhã. .

Trong suốt cuốn sách nấu ăn này, bạn sẽ tìm thấy những lời khuyên thiết thực để lựa chọn và chuẩn bị nguyên liệu, cũng như những bức ảnh tuyệt đẹp để truyền cảm hứng sáng tạo ẩm thực của bạn. Cho dù bạn đang thèm thứ gì đó nhẹ nhàng và sảng khoái hay đậm đà và hấp dẫn, "Sách dạy nấu súp lạnh hoàn chỉnh" đều có thứ gì đó dành cho tất cả mọi người, mời bạn khám phá những khả năng thơm ngon của súp ướp lạnh và nâng cao trải nghiệm ăn uống mùa hè của bạn.

SOUP LẠNH TÂY BAN NHA

1. Vườn Gazpacho

THÀNH PHẦN:
- 6 quả cà chua mận chín, xắt nhỏ
- 1 củ hành đỏ vừa, xắt nhỏ
- 1 quả dưa chuột vừa, gọt vỏ, bỏ hạt và cắt nhỏ
- 1 quả ớt chuông đỏ vừa, xắt nhỏ
- 4 củ hành xanh, băm nhỏ
- 1 tép tỏi, băm nhỏ
- 1 sườn cần tây, băm nhỏ
- 3 muỗng canh giấm sherry
- 2 muỗng canh dầu ô liu
- 1 thìa cà phê đường
- Muối
- sốt tiêu
- 2 cốc nước ép rau trộn
- 1/4 chén mùi tây tươi xắt nhỏ
- 1/4 chén ô liu kalamata thái lát

HƯỚNG DẪN:

a) Trong máy xay sinh tố hoặc máy chế biến thực phẩm, trộn tất cả trừ 1/4 cốc cà chua, hành tây, dưa chuột và
b) ớt chuông. Thêm một nửa số hành lá cùng toàn bộ tỏi và cần tây vào rồi xay cho đến khi mịn. Thêm giấm, dầu, đường rồi nêm muối và Tabasco cho vừa ăn. Xử lý cho đến khi trộn đều.
c) Chuyển súp vào một bát phi kim loại lớn và khuấy đều nước rau củ. Đậy nắp và để lạnh cho đến khi nguội, ít nhất 3 giờ.
d) Khi sẵn sàng phục vụ, thêm cà chua, hành tây, dưa chuột, ớt chuông và hành lá còn lại. Múc súp ra bát, trang trí với rau mùi tây và ô liu đen rồi thưởng thức.

2. Gazpacho ba quả cà chua với Chipotle Crème

THÀNH PHẦN:
- 1 muỗng canh dầu ô liu
- 11/2 thìa cà phê ớt chipotle trong adobo
- 1/4 cốc kem chua thuần chay, tự làm (xem Kem chua đậu phụ) hoặc mua ở cửa hàng
- 1 củ hành đỏ vừa, xắt nhỏ
- 1 quả ớt chuông đỏ vừa, xắt nhỏ
- 1 quả dưa chuột vừa, gọt vỏ, bỏ hạt và cắt nhỏ
- 2 tép tỏi, băm nhỏ
- 1/4 chén cà chua khô ngâm dầu băm nhỏ
- (14,5 ounce) có thể nghiền cà chua
- 3 cốc nước ép rau trộn
- giã cà chua mận chín, xắt nhỏ
- Muối
- 1/4 chén hành lá băm nhỏ, để trang trí

HƯỚNG DẪN:

a) Trong máy xay sinh tố hoặc máy chế biến thực phẩm, trộn dầu, chipotle và kem chua rồi xay cho đến khi mịn. Để qua một bên.

b) Trong máy xay sinh tố hoặc máy chế biến thực phẩm, trộn hành tây, ớt chuông, nửa quả dưa chuột, tỏi, cà chua phơi nắng và cà chua nghiền. Xử lý cho đến khi mịn. Chuyển sang tô lớn và khuấy đều nước ép rau, cà chua tươi, dưa chuột còn lại và muối cho vừa ăn. Đậy nắp và để lạnh cho đến khi nguội hẳn, ít nhất 3 giờ.

c) Khi đã nguội, nếm thử, điều chỉnh gia vị nếu cần. Múc vào từng bát và khuấy một thìa kem chipotle vào mỗi bát. Trang trí với hành lá băm nhỏ và phục vụ.

3. Gazpacho rau mùa hè

THÀNH PHẦN:
- 2 chén giấm balsamic non
- 2 cân cà chua chín
- 2 quả dưa chuột Anh (nhà kính)
- 1 củ hành đỏ
- 1 quả ớt chuông vàng
- 1 quả ớt chuông đỏ
- 3 lát bánh mì Pháp chua ngày xưa
- 3 cốc nước ép cà chua
- 2 tép tỏi
- 3 chén nước luộc rau
- 2 muỗng canh dầu ô liu nguyên chất
- 1 muỗng canh ớt bột Tây Ban Nha hun khói nhẹ
- 1 thìa cà phê thì là xay
- Muối thô và hạt tiêu mới xay cho vừa ăn
- 2 muỗng canh rau mùi tươi thái nhỏ
- 2 thìa bạc hà tươi thái nhỏ
- 1 muỗng canh vỏ chanh thái nhỏ

HƯỚNG DẪN:
a) Giảm giấm balsamic xuống còn ½ cốc.
b) Cắt nhỏ rau và ngâm bánh mì trong nước ép cà chua.
c) Trộn tất cả nguyên liệu và để yên trong 1 giờ.
d) Trộn 4 cốc hỗn hợp cho đến khi mịn.
e) Thư giãn ít nhất 4 giờ.
f) Ăn kèm với hỗn hợp thảo mộc và rưới dầu ô liu và xi-rô balsamic.

4. Gazpacho với Ditalini và Chile Aioli

THÀNH PHẦN:
BƠ
- 1 quả ớt cay nhỏ, bỏ hạt
- 3 tép tỏi
- 1/2 thìa cà phê muối
- 1 muỗng cà phê giấm rượu vang đỏ
- 1/2 chén dầu ô liu

SOUP LẠNH TÂY BAN NHA
- 4 quả cà chua chín lớn, gọt vỏ, bỏ hạt và cắt nhỏ
- 2 quả dưa chuột lớn, gọt vỏ, bỏ hạt và cắt nhỏ
- 1 quả ớt chuông vàng vừa, xắt nhỏ
- 1/2 chén hành lá băm nhỏ
- 1 thìa tỏi băm
- 3 cốc nước ép cà chua
- Muối
- 1/2 chén ditalini hoặc mì ống súp khác
- 1 muỗng canh dầu ô liu

HƯỚNG DẪN:
LÀM AIOLI:
a) Trong máy xay sinh tố hoặc máy chế biến thực phẩm, trộn ớt, tỏi, muối và xay nhuyễn cho đến khi mịn. Thêm giấm và xử lý để trộn. Khi máy đang chạy, cho dầu vào cho đến khi hòa quyện. Đừng xử lý quá mức. Chuyển vào tô và đặt sang một bên ở nhiệt độ phòng cho đến khi phục vụ.

LÀM GAZPACHO:
b) Trong máy xay sinh tố hoặc máy chế biến thực phẩm, kết hợp một nửa quả cà chua, một nửa quả dưa chuột, một nửa quả ớt chuông, một nửa hành lá và tất cả tỏi. Xay nhuyễn, sau đó chuyển sang một tô phi kim loại lớn và cho nước ép cà chua cùng cà chua, dưa chuột, ớt chuông và hành lá còn lại vào khuấy đều. Nêm muối cho vừa ăn. Đậy nắp và để lạnh cho đến khi nguội hẳn, ít nhất 2 giờ.

c) Trong khi súp đang nguội, hãy nấu mì ống trong nồi nước sôi có muối, thỉnh thoảng khuấy cho đến khi al dente, từ 6 đến 8 phút. Xả và rửa sạch mì ống, sau đó trộn với dầu ô liu và đặt sang một bên.

d) Khi sẵn sàng phục vụ, thêm mì ống vào súp và nếm thử, điều chỉnh gia vị nếu cần. Múc vào bát và khuấy một thìa aioli vào mỗi bát. Ăn kèm với aioli bổ sung ở bên cạnh.

5. Gazpacho đen và vàng

THÀNH PHẦN:
- 1 1/2 pound cà chua chín vàng, xắt nhỏ
- 1 quả dưa chuột lớn, gọt vỏ, bỏ hạt và cắt nhỏ
- 1 quả ớt chuông vàng lớn, bỏ hạt và cắt nhỏ
- 4 củ hành lá, chỉ lấy phần trắng
- 2 tép tỏi, băm nhỏ
- 2 muỗng canh dầu ô liu
- 2 muỗng canh giấm rượu trắng
- Muối
- Ớt xay
- 1 1/2 cốc nấu chín hoặc 1 (15,5 ounce) lon đậu đen, để ráo nước và rửa sạch
- 2 muỗng canh mùi tây tươi băm nhỏ
- 1 cốc bánh mì nướng (tùy chọn)

HƯỚNG DẪN:
a) Trong máy xay sinh tố hoặc máy chế biến thực phẩm, kết hợp một nửa quả cà chua với dưa chuột, ớt chuông, hành lá và tỏi. Xử lý cho đến khi mịn. Thêm dầu và giấm, nêm muối và ớt cayenne cho vừa ăn rồi xay cho đến khi hòa quyện.

b) Chuyển súp sang một tô phi kim lớn rồi cho đậu đen và cà chua còn lại vào khuấy đều. Đậy bát và để lạnh trong 1 đến 2 giờ. Hương vị, điều chỉnh gia vị nếu cần thiết.

c) Múc súp ra bát, trang trí với rau mùi tây và bánh mì nướng nếu dùng và thưởng thức.

6.dưa hấu soup lạnh Tây ban nha

THÀNH PHẦN:
- 4 cốc dưa hấu không hạt thái hạt lựu
- 2 quả cà chua lớn, thái hạt lựu
- 1 quả dưa chuột, gọt vỏ, bỏ hạt và thái hạt lựu
- 1 quả ớt chuông đỏ, thái hạt lựu
- 1/4 chén hành đỏ xắt nhỏ
- 2 muỗng canh bạc hà tươi xắt nhỏ
- 2 muỗng canh húng quế tươi xắt nhỏ
- 2 thìa nước cốt chanh
- Muối và hạt tiêu cho vừa ăn

HƯỚNG DẪN:
a) Trong máy xay sinh tố, kết hợp dưa hấu, cà chua, dưa chuột, ớt chuông, hành đỏ, bạc hà, húng quế và nước cốt chanh.
b) Xay đến khi mịn.
c) Nêm muối và hạt tiêu cho vừa ăn.
d) Làm lạnh trong tủ lạnh ít nhất 1 giờ trước khi dùng.
e) Ăn nguội, trang trí thêm lá bạc hà nếu muốn.

7. Bo' Gazpacho

THÀNH PHẦN:
- 2 quả bơ chín, gọt vỏ và thái hạt lựu
- 2 quả dưa chuột, gọt vỏ, bỏ hạt và thái hạt lựu
- 1 quả ớt chuông xanh, thái hạt lựu
- 2 tép tỏi, băm nhỏ
- 1/4 chén ngò tươi xắt nhỏ
- 2 thìa nước cốt chanh
- 2 chén nước luộc rau
- Muối và hạt tiêu cho vừa ăn

HƯỚNG DẪN:

a) Trong máy xay sinh tố, kết hợp bơ, dưa chuột, ớt chuông, tỏi, ngò, nước cốt chanh và nước luộc rau.
b) Xay đến khi mịn.
c) Nêm muối và hạt tiêu cho vừa ăn.
d) Làm lạnh trong tủ lạnh ít nhất 1 giờ trước khi dùng.
e) Ăn nguội, trang trí với một nhánh ngò.

8. Ngô và húng quế Gazpacho

THÀNH PHẦN:
- 4 bắp ngô, bỏ hạt
- 2 quả cà chua lớn, thái hạt lựu
- 1 củ hành đỏ, thái hạt lựu
- 1 quả ớt chuông đỏ, thái hạt lựu
- 2 tép tỏi, băm nhỏ
- 1/4 chén húng quế tươi xắt nhỏ
- 2 muỗng canh giấm rượu vang đỏ
- 2 chén nước luộc rau
- Muối và hạt tiêu cho vừa ăn

HƯỚNG DẪN:
a) Trong máy xay sinh tố, kết hợp hạt ngô, cà chua, hành đỏ, ớt chuông, tỏi, húng quế, giấm rượu vang đỏ và nước luộc rau.
b) Xay đến khi mịn.
c) Nêm muối và hạt tiêu cho vừa ăn.
d) Làm lạnh trong tủ lạnh ít nhất 1 giờ trước khi dùng.
e) Dùng lạnh, trang trí bằng lá húng quế.

9. Gazpacho xoài và dứa

THÀNH PHẦN:
- 2 quả xoài chín, gọt vỏ và thái hạt lựu
- 1 cốc dứa thái hạt lựu
- 1 quả dưa chuột, gọt vỏ, bỏ hạt và thái hạt lựu
- 1 quả ớt chuông đỏ, thái hạt lựu
- 1 quả ớt jalapeño, bỏ hạt và băm nhỏ
- 2 muỗng canh rau mùi tươi xắt nhỏ
- 2 thìa nước cốt chanh
- 2 cốc nước ép dứa
- Muối và hạt tiêu cho vừa ăn

HƯỚNG DẪN:
a) Trong máy xay sinh tố, trộn xoài, dứa, dưa chuột, ớt chuông đỏ, ớt jalapeño, ngò, nước cốt chanh và nước ép dứa.
b) Xay đến khi mịn.
c) Nêm muối và hạt tiêu cho vừa ăn.
d) Làm lạnh trong tủ lạnh ít nhất 1 giờ trước khi dùng.
e) Ăn nguội, trang trí bằng một lát xoài hoặc dứa trên mép bát.

10. Dưa chuột và sữa chua Gazpacho

THÀNH PHẦN:
- 2 quả dưa chuột, gọt vỏ, bỏ hạt và thái hạt lựu
- 1 cốc sữa chua Hy Lạp nguyên chất
- 1/4 chén thì là tươi xắt nhỏ
- 2 thìa nước cốt chanh
- 1 tép tỏi, băm nhỏ
- 1 muỗng canh dầu ô liu
- Muối và hạt tiêu cho vừa ăn

HƯỚNG DẪN:
a) Trong máy xay sinh tố, kết hợp dưa chuột, sữa chua Hy Lạp, thì là, nước cốt chanh, tỏi và dầu ô liu.
b) Xay đến khi mịn.
c) Nêm muối và hạt tiêu cho vừa ăn.
d) Làm lạnh trong tủ lạnh ít nhất 1 giờ trước khi dùng.
e) Ăn nguội, trang trí với một nhánh thì là.

11. Dâu và húng quế Gazpacho

THÀNH PHẦN:
- 2 cốc dâu tây thái hạt lựu
- 1 quả dưa chuột, gọt vỏ, bỏ hạt và thái hạt lựu
- 1/4 chén húng quế tươi xắt nhỏ
- 2 muỗng canh giấm balsamic
- 1 thìa mật ong
- 1/4 thìa cà phê tiêu đen
- 1 ly nước
- Muối để nếm

HƯỚNG DẪN:
a) Trong máy xay sinh tố, kết hợp dâu tây, dưa chuột, húng quế, giấm balsamic, mật ong, hạt tiêu đen và nước.
b) Xay đến khi mịn.
c) Nêm muối cho vừa ăn.
d) Làm lạnh trong tủ lạnh ít nhất 1 giờ trước khi dùng.
e) Dùng lạnh, trang trí bằng lá húng quế.

12.Ớt đỏ nướng và Gazpacho hạnh nhân

THÀNH PHẦN:
- 2 quả ớt đỏ nướng lớn, gọt vỏ và bỏ hạt
- 1 chén hạnh nhân chần
- 2 tép tỏi
- 2 muỗng canh giấm sherry
- 1/4 chén dầu ô liu
- 2 chén nước luộc rau
- Muối và hạt tiêu cho vừa ăn

HƯỚNG DẪN:
a) Trong máy xay sinh tố, kết hợp ớt đỏ rang, hạnh nhân, tỏi, giấm sherry, dầu ô liu và nước luộc rau.
b) Xay đến khi mịn.
c) Nêm muối và hạt tiêu cho vừa ăn.
d) Làm lạnh trong tủ lạnh ít nhất 1 giờ trước khi dùng.
e) Ăn nguội, trang trí với một chút dầu ô liu và hạnh nhân cắt nhỏ.

13. Xoài cay và ngò Gazpacho

THÀNH PHẦN:
- 2 quả xoài chín, gọt vỏ và thái hạt lựu
- 1 quả dưa chuột, gọt vỏ, bỏ hạt và thái hạt lựu
- 1 hạt tiêu jalapeño, bỏ hạt và thái hạt lựu
- 1/4 chén ngò tươi xắt nhỏ
- 2 thìa nước cốt chanh
- 2 chén nước luộc rau
- Muối và hạt tiêu cho vừa ăn

HƯỚNG DẪN:
a) Trong máy xay sinh tố, trộn xoài, dưa chuột, ớt jalapeño, ngò, nước cốt chanh và nước luộc rau.
b) Xay đến khi mịn.
c) Nêm muối và hạt tiêu cho vừa ăn.
d) Làm lạnh trong tủ lạnh ít nhất 1 giờ trước khi dùng.
e) Ăn nguội, trang trí với một lát ớt jalapeño để tăng thêm gia vị.

Súp TRÁI CÂY LẠNH

14. Súp mận lạnh

THÀNH PHẦN:
- 4 quả mận chín, bỏ hạt và cắt nhỏ
- 1 cốc sữa chua nguyên chất
- 1/4 cốc mật ong hoặc xi-rô cây phong
- 1 muỗng cà phê chiết xuất vani
- Một nhúm quế
- Hạnh nhân cắt lát để trang trí

HƯỚNG DẪN:
a) Trong máy xay sinh tố, kết hợp mận cắt nhỏ, sữa chua nguyên chất, mật ong hoặc xi-rô cây phong, chiết xuất vani và quế.
b) Xay đến khi mịn.
c) Làm lạnh súp trong tủ lạnh ít nhất 1 giờ.
d) Ăn nguội, trang trí với hạnh nhân cắt lát.

15.Súp trái cây hộp ngọc

THÀNH PHẦN:
- 2 cốc nước ép nho trắng
- 2 cốc mật hoa lê
- 1 quả chuối chín, cắt nhỏ
- 1 thìa nước cốt chanh tươi
- Nhúm muối
- 1/2 cốc nước cốt dừa không đường (tùy chọn)
- 1 cốc quả việt quất
- 1 quả xoài chín, gọt vỏ, bỏ hạt và cắt thành miếng xúc xắc 1/4 inch
- 1 cốc dứa thái hạt lựu
- 1 cốc dâu tây thái hạt lựu
- Lá bạc hà tươi, để trang trí

HƯỚNG DẪN:

a) Trong máy xay thực phẩm, trộn nước ép nho, mật hoa lê, chuối, nước cốt chanh và muối. Chế biến cho đến khi mịn thì đổ vào tô lớn. Khuấy thêm nước cốt dừa nếu dùng. Đậy nắp và để lạnh cho đến khi nguội hẳn, trong 3 giờ hoặc qua đêm.

b) Múc súp đã ướp lạnh vào bát và cho 1/4 cốc quả việt quất, xoài, dứa và dâu tây vào mỗi bát. Trang trí với lá bạc hà và phục vụ.

16. Súp Senegal

THÀNH PHẦN:

- 1 muỗng canh dầu hạt cải hoặc dầu hạt nho
- 1 củ hành vừa, xắt nhỏ
- 1 củ cà rốt vừa, xắt nhỏ
- 1 tép tỏi, băm nhỏ
- 3 quả táo Granny Smith, gọt vỏ, bỏ lõi và cắt nhỏ
- 2 muỗng canh bột cà ri nóng hoặc nhẹ
- 2 thìa cà phê bột cà chua
- 3 cốc nước luộc rau nhạt, tự làm (xem Nước luộc rau nhẹ) hoặc mua ở cửa hàng hoặc nước Muối
- 1 cốc sữa đậu nành nguyên chất không đường
- 4 thìa cà phê tương ớt xoài, tự làm (xem Mango Chutney) hoặc mua ở cửa hàng để trang trí

HƯỚNG DẪN:

a) Trong nồi súp lớn, đun nóng dầu trên lửa vừa. Thêm hành tây, cà rốt và tỏi. Đậy nắp và nấu cho đến khi mềm, khoảng 10 phút. Thêm táo vào và tiếp tục nấu, không đậy nắp, thỉnh thoảng khuấy cho đến khi táo bắt đầu mềm, khoảng 5 phút. Thêm bột cà ri và nấu, khuấy đều trong 1 phút. Khuấy bột cà chua, nước dùng và muối cho vừa ăn. Đun nhỏ lửa, không đậy nắp, trong 30 phút.

b) Nghiền súp trong nồi bằng máy xay ngâm hoặc trong máy xay sinh tố hoặc máy chế biến thực phẩm, theo mẻ nếu cần. Đổ súp vào một hộp lớn, khuấy sữa đậu nành, đậy nắp và để trong tủ lạnh cho đến khi nguội, khoảng 3 giờ.

c) Múc súp ra bát, trang trí bằng một thìa tương ớt rồi thưởng thức.

17.Súp anh đào rừng

THÀNH PHẦN:
- 11/2 pound quả anh đào chín, bỏ hạt
- 2 cốc nước ép nho trắng hoặc nước ép nam việt quất
- 1/3 chén đường
- 1 thìa nước cốt chanh tươi
- 1 cốc kem vani thuần chay, làm mềm
- 2 muỗng canh rượu mùi anh đào

HƯỚNG DẪN:

a) Cắt nhỏ 8 quả anh đào và đặt sang một bên. Đặt những quả anh đào còn lại vào máy xay hoặc máy chế biến thực phẩm và chế biến cho đến khi mịn. Thêm nước ép nho, đường, nước cốt chanh và 1/2 cốc kem vào và

b) quá trình cho đến khi mịn. Đổ súp vào một cái bát phi kim loại. Đậy nắp và để lạnh cho đến khi nguội, khoảng 3 giờ.

c) Trong một bát nhỏ, kết hợp 1/2 cốc kem còn lại và rượu mùi anh đào, khuấy đều để hòa quyện. Để qua một bên.

d) Múc súp đã nguội vào bát, trang trí với một thìa hỗn hợp kem và quả anh đào cắt nhỏ rồi thưởng thức.

18. Súp trái cây mùa hè

THÀNH PHẦN:
- 2 chén dưa đỏ xắt nhỏ hoặc dưa mật
- 1 cốc dứa tươi cắt nhỏ
- 1 quả xoài chín hoặc 2 quả đào, gọt vỏ, bỏ hạt và cắt nhỏ
- 1 quả chuối chín, cắt nhỏ
- 1 thìa nước cốt chanh tươi
- 1 cốc nước cam tươi
- 1 cốc nước ép táo hoặc dứa
- 1/2 cốc sữa đậu nành nguyên chất không đường
- 1/3 cốc sữa chua nguyên chất thuần chay hoặc kem chua thuần chay, tự làm (xem Kem chua đậu phụ) hoặc mua tại cửa hàng
- 2 thìa mật hoa thùa
- 1/2 chén dâu tây thái lát để trang trí
- Nhánh bạc hà tươi, để trang trí

HƯỚNG DẪN:

a) Cho dưa đỏ, dứa, xoài và chuối vào máy xay thực phẩm rồi xay cho đến khi mịn. Thêm nước cốt chanh, nước cam, nước táo và sữa đậu nành vào rồi xay cho đến khi hòa quyện. Đổ súp vào một thùng chứa lớn. Đậy nắp và để lạnh cho đến khi nguội hẳn, ít nhất 3 giờ.

b) Trong một bát nhỏ, trộn sữa chua và mật cây thùa vào một bát nhỏ và trộn cho đến khi mịn. Múc súp đã ướp lạnh vào bát, trang trí với một thìa hỗn hợp sữa chua, vài lát dâu tây và nhánh bạc hà tươi rồi thưởng thức.

19. Súp Táo Đan Mạch

THÀNH PHẦN:
- 2 quả táo lớn, bỏ lõi, gọt vỏ
- 2 cốc nước
- 1 thanh quế
- 3 tép nguyên
- ⅛ thìa cà phê muối
- ½ cốc đường
- 1 muỗng canh bột bắp
- 1 cốc mận mận tươi, chưa gọt vỏ và thái lát
- 1 cốc đào tươi, gọt vỏ và cắt nhỏ
- ¼ cốc rượu vang Port

HƯỚNG DẪN:
a) Kết hợp táo, nước, thanh quế, đinh hương và muối vào một cái chảo cỡ vừa.
b) Trộn đường và bột bắp rồi thêm vào hỗn hợp táo xay nhuyễn.
c) Thêm mận và đào vào đun nhỏ lửa cho đến khi những quả này mềm và hỗn hợp hơi đặc lại.
d) Thêm rượu vang cảng.
e) Mỗi phần ăn riêng lẻ có thêm một ít kem chua nhẹ hoặc sữa chua vani không béo.

20.Súp dưa lưới ướp lạnh

THÀNH PHẦN:
- 1 quả dưa đỏ - gọt vỏ, bỏ hạt và cắt khối
- 2 cốc nước cam
- 1 muỗng canh nước cốt chanh tươi
- 1/4 muỗng cà phê quế xay

HƯỚNG DẪN:

a) Gọt vỏ, bỏ hạt và cắt khối dưa đỏ. Cho dưa đỏ và 1/2 cốc nước cam vào máy xay sinh tố hoặc máy chế biến thực phẩm; đậy nắp và xử lý cho đến khi mịn.

b) Chuyển sang tô lớn. Khuấy nước cốt chanh, quế và nước cam còn lại. Đậy nắp và để lạnh ít nhất một giờ.

c) Trang trí với bạc hà nếu muốn.

21.Súp việt quất Na Uy

THÀNH PHẦN:
- 1 phong bì gelatin không mùi
- ¼ cốc nước lạnh
- 4 cốc nước cam tươi
- 3 thìa nước cốt chanh tươi
- ¼ cốc đường
- 2 cốc quả việt quất tươi, rửa sạch
- Bạc hà tươi, để trang trí

HƯỚNG DẪN:

a) Làm mềm gelatin trong nước lạnh trong cốc sữa trứng. Cho vào chảo nước nóng (không sôi) cho đến khi tan chảy và sẵn sàng sử dụng.
b) Kết hợp nước cam, nước chanh và đường với gelatin tan chảy. Khuấy cho đến khi đường và gelatin tan hết.
c) Làm lạnh cho đến khi hỗn hợp bắt đầu đặc lại.
d) Gấp quả việt quất vào hỗn hợp.
e) Chill cho đến khi sẵn sàng phục vụ.
f) Múc từng thìa vào cốc nước dùng đã ướp lạnh và trang trí bằng bạc hà tươi.
g) Thưởng thức món súp việt quất Na Uy sảng khoái của bạn!

22. Súp kem cải xoong & táo

THÀNH PHẦN:
- 2 bó cải xoong, bỏ cuống
- 2 quả táo, gọt vỏ, bỏ lõi và cắt nhỏ
- 2 chén nước luộc rau
- 1 cốc sữa chua Hy Lạp nguyên chất
- 1 thìa nước cốt chanh
- Muối và hạt tiêu cho vừa ăn
- Lá cải xoong để trang trí

HƯỚNG DẪN:
a) Trong máy xay sinh tố, kết hợp cải xoong, táo cắt nhỏ và nước luộc rau.
b) Xay đến khi mịn.
c) Khuấy sữa chua Hy Lạp và nước chanh. Nêm muối và hạt tiêu cho vừa ăn.
d) Làm lạnh súp trong tủ lạnh ít nhất 2 giờ.
e) Dùng lạnh, trang trí bằng lá cải xoong.

23.Súp anh đào chua lạnh

THÀNH PHẦN:
- 2 cốc anh đào chua, bỏ hạt
- 1 cốc sữa chua nguyên chất
- 1/4 cốc mật ong hoặc xi-rô cây phong
- 1/2 muỗng cà phê chiết xuất hạnh nhân
- Một nhúm quế
- Hạnh nhân thái lát để trang trí

HƯỚNG DẪN:
a) Trong máy xay sinh tố, kết hợp anh đào chua, sữa chua nguyên chất, mật ong hoặc xi-rô cây phong, chiết xuất hạnh nhân và quế.
b) Xay đến khi mịn.
c) Làm lạnh súp trong tủ lạnh ít nhất 1 giờ.
d) Dùng lạnh, trang trí với hạnh nhân thái lát.

24. Súp táo Đan Mạch với trái cây và rượu vang

THÀNH PHẦN:
- 2 quả táo lớn, bỏ lõi, gọt vỏ và cắt thành khối lớn
- 2 cốc nước
- 1 thanh quế (2 inch)
- 3 tép nguyên
- 1/8 muỗng cà phê muối
- ½ cốc đường
- 1 muỗng canh bột bắp
- 1 cốc mận mận tươi, chưa gọt vỏ và cắt thành 8 phần
- 1 cốc đào tươi, gọt vỏ và cắt thành khối lớn
- ¼ cốc rượu vang Port

HƯỚNG DẪN:
a) Kết hợp táo, nước, thanh quế, đinh hương và muối vào một cái chảo cỡ vừa.
b) Đậy nắp và nấu trên lửa vừa cho đến khi táo mềm.
c) Loại bỏ toàn bộ gia vị và xay nhuyễn bằng cách ép hỗn hợp nóng qua lưới lọc thô.
d) Trộn đều đường và bột bắp rồi thêm vào hỗn hợp táo xay nhuyễn.
e) Thêm mận và đào vào đun nhỏ lửa cho đến khi những quả này mềm và hỗn hợp hơi đặc lại. Việc này sẽ mất một thời gian rất ngắn.
f) Thêm rượu vang vào và nếm thử vị ngọt, thêm đường nếu cần. Tuy nhiên, hãy nhớ rằng hương vị của món súp táo này phải có vị chua.
g) Thư giãn thật kỹ.
h) Mỗi phần ăn riêng lẻ có thêm một ít kem chua nhẹ hoặc sữa chua vani không béo.
i) Rắc nhẹ kem hoặc sữa chua với một ít hạt nhục đậu khấu.

25.Súp dâu đào lạnh

THÀNH PHẦN:
- 2 quả đào chín, gọt vỏ, bỏ hạt và cắt nhỏ
- 1 cốc dâu tây, bỏ vỏ và cắt nhỏ
- 1 cốc nước cam
- 1 muỗng canh mật ong hoặc xi-rô cây phong (tùy chọn)
- Lá húng quế tươi để trang trí

HƯỚNG DẪN:
a) Cho đào cắt nhỏ, dâu tây, nước cam và mật ong vào máy xay sinh tố (nếu dùng).
b) Xay đến khi mịn.
c) Làm lạnh súp trong tủ lạnh ít nhất 1 giờ.
d) Dùng lạnh, trang trí bằng lá húng quế tươi.

26.Súp kem chua mơ lạnh

THÀNH PHẦN:
- 500g mơ chín, bỏ hạt và thái hạt lựu
- 1 cốc kem chua
- 1/4 cốc mật ong
- 1 thìa nước cốt chanh
- 1/2 thìa cà phê gừng xay
- 1/4 muỗng cà phê quế xay
- Bạc hà tươi cắt nhỏ để trang trí

HƯỚNG DẪN:

a) Trong máy xay sinh tố, kết hợp quả mơ thái hạt lựu, kem chua, mật ong, nước cốt chanh, gừng xay và quế xay.

b) Xay đến khi mịn.

c) Làm lạnh súp trong tủ lạnh ít nhất 2 giờ.

d) Dùng lạnh, trang trí với bạc hà tươi cắt nhỏ.

e) (Lưu ý: Điều chỉnh độ ngọt với nhiều hay ít mật ong tùy theo sở thích mỗi người)

27.Súp dâu tây lạnh Caramel Mountain Ranch

THÀNH PHẦN:
- 500g dâu tây tươi, bỏ vỏ và thái lát
- 1 cốc sữa chua nguyên chất
- 2 thìa mật ong
- 1 muỗng cà phê chiết xuất vani
- 1/4 muỗng cà phê quế xay
- Lá bạc hà tươi để trang trí

HƯỚNG DẪN:
a) Trong máy xay sinh tố, kết hợp dâu tây cắt lát, sữa chua, mật ong, chiết xuất vani và quế xay.
b) Trộn cho đến khi mịn và kem.
c) Làm lạnh súp trong tủ lạnh ít nhất 1 giờ.
d) Dùng lạnh, trang trí bằng lá bạc hà tươi.
e) (Lưu ý: Có thể thêm hương vị "Caramel Mountain Ranch" bằng cách rưới nước sốt caramel lên súp trước khi dùng nếu muốn)

28.Súp đu đủ lạnh

THÀNH PHẦN:
- 2 quả đu đủ chín, gọt vỏ, bỏ hạt và cắt nhỏ
- 1 cốc nước cốt dừa
- 2 thìa nước cốt chanh
- 1 muỗng canh mật ong hoặc xi-rô cây phong (tùy chọn)
- Chút muối
- Lá bạc hà tươi để trang trí

HƯỚNG DẪN:
a) Cho đu đủ cắt nhỏ, nước cốt dừa, nước cốt chanh, mật ong (nếu dùng) và một chút muối vào máy xay.
b) Xay đến khi mịn.
c) Làm lạnh súp trong tủ lạnh ít nhất 1 giờ.
d) Dùng lạnh, trang trí bằng lá bạc hà tươi.

29. Súp anh đào cam quýt

THÀNH PHẦN:
- 4 cốc quả anh đào bỏ hạt
- 1 cốc nước cam
- 1 thìa mật ong
- 1 thìa nước cốt chanh
- 1/4 muỗng cà phê quế xay
- Chút muối
- Lá bạc hà tươi để trang trí

HƯỚNG DẪN:
a) Trong máy xay sinh tố, kết hợp quả anh đào, nước cam, mật ong, nước cốt chanh, quế xay và một chút muối.
b) Xay đến khi mịn.
c) Làm lạnh súp trong tủ lạnh ít nhất 1 giờ.
d) Dùng lạnh, trang trí bằng lá bạc hà tươi.

30.Súp ngọt Đan Mạch

THÀNH PHẦN:
- 1 lít nước ép trái cây màu đỏ
- ½ cốc nho khô, vàng
- ½ cốc nho
- ½ cốc mận khô; hoặc mận, bỏ hạt và cắt nhỏ
- ½ cốc đường
- 3 thìa bột sắn, phút
- 2 lát chanh
- Thanh quế nhỏ

HƯỚNG DẪN:
a) Trộn nước ép trái cây, nho khô, nho, mận và đường.
b) Đun nhỏ lửa trong vài phút rồi thêm vài lát chanh và một thanh quế nhỏ.
c) Thêm bột sắn.
d) Tiếp tục nấu cho đến khi khoai chín trong, khuấy đều để khoai không bị dính.
e) Múc từng thìa ra đĩa và dùng kèm với kem hoặc Cool Whip.

31. Canh dưa hấu bạc hà

THÀNH PHẦN:
- 1 quả dưa chín (dưa đỏ hoặc dưa mật), bỏ hạt và cắt hạt lựu
- 1 cốc nước dừa
- 2 thìa nước cốt chanh
- 1 muỗng canh mật ong hoặc xi-rô cây phong (tùy chọn)
- Lá bạc hà tươi để trang trí

HƯỚNG DẪN:
a) Trong máy xay sinh tố, trộn các khối dưa, nước dừa, nước cốt chanh và mật ong (nếu sử dụng).
b) Xay đến khi mịn.
c) Làm lạnh súp trong tủ lạnh ít nhất 1 giờ.
d) Dùng lạnh, trang trí bằng lá bạc hà tươi.

32.Súp việt quất lạnh với kem thảo mộc cam

THÀNH PHẦN:
- 500g quả việt quất tươi
- 2 cốc nước cam
- 1/4 cốc mật ong
- 1 muỗng cà phê vỏ cam bào
- 1/4 chén bạc hà tươi xắt nhỏ
- 1/4 chén húng quế tươi xắt nhỏ
- Kem vani để phục vụ

HƯỚNG DẪN:

a) Trong máy xay sinh tố, kết hợp quả việt quất, nước cam, mật ong và vỏ cam bào.
b) Xay đến khi mịn.
c) Khuấy bạc hà cắt nhỏ và húng quế.
d) Làm lạnh súp trong tủ lạnh ít nhất 2 giờ.
e) Ăn nguội, phủ một lớp kem vani lên trên.

33. Súp trái cây Na Uy (Sotsuppe)

THÀNH PHẦN:
- 1 cốc mận khô bỏ hạt
- ¾ cốc nho khô
- ¾ cốc mơ khô
- Nước lạnh
- ¼ chén bột sắn nấu nhanh, chưa nấu chín
- 2 cốc nước
- 2 thìa nước cốt chanh
- 1 cốc nước ép nho
- 1 thìa cà phê giấm
- ½ cốc đường
- 1 thanh quế

HƯỚNG DẪN:
a) Kết hợp mận khô, nho khô và quả mơ trong nồi 3 lít. Thêm đủ nước để đậy nắp, khoảng 3 cốc. Đun sôi và đun nhỏ lửa trong 30 phút.
b) Trong một cái chảo nhỏ, đun sôi 2 cốc nước. Khuấy bột sắn và đun nhỏ lửa trong 10 phút.
c) Sau khi trái cây đã mềm, thêm bột sắn đã nấu chín, nước cốt chanh, nước nho, giấm, đường và thanh quế vào. Đun sôi, sau đó đun nhỏ lửa thêm 15 phút. Lấy thanh quế ra. Hỗn hợp sẽ đặc lại khi nguội; thêm một chút nước hoặc nước ép nho nếu nó có vẻ quá đặc.
d) Ăn nóng hoặc lạnh. Nếu dùng lạnh, có thể trang trí bằng kem đánh bông.

34. Súp Sữa Chua Dâu Lạnh

THÀNH PHẦN:
- 1 cân dâu tươi
- 1 ¼ cốc sữa chua vani
- 3 muỗng canh đường bánh kẹo
- 2 muỗng canh nước cam cô đặc
- 1/8 thìa cà phê chiết xuất hạnh nhân hoặc ½ thìa nước cốt chanh

HƯỚNG DẪN:
a) Trộn dâu tây, sữa chua, đường, nước cam cô đặc và chiết xuất.
b) Trang trí với sữa chua còn lại.

35. dâu / việt quất

THÀNH PHẦN:
- 1 pound dâu tây hoặc quả việt quất tươi, rửa sạch
- 1 ¼ cốc nước
- 3 muỗng canh chất tạo ngọt dạng hạt
- 1 muỗng canh nước cốt chanh tươi
- ½ cốc kem cà phê đậu nành hoặc gạo
- Tùy chọn: 2 chén mì nấu chín để nguội

HƯỚNG DẪN:
a) Trong một nồi vừa, kết hợp trái cây với nước và đun nóng đến sôi nhanh.
b) Giảm nhiệt xuống thấp, đậy nắp và nấu trong 20 phút hoặc cho đến khi trái cây rất mềm.
c) Trộn trong máy xay cho đến khi mịn. Cho hỗn hợp nhuyễn vào nồi và khuấy đều đường, nước cốt chanh và kem tươi. Để sôi trong 5 phút sau khi khuấy.
d) Trước khi dùng, hãy làm lạnh súp ít nhất 2 giờ.
e) Món súp này theo truyền thống được phục vụ riêng hoặc với mì lạnh.

36.Súp bơ Caribe

THÀNH PHẦN:
- 3 quả bơ chín
- ½ cốc sữa chua
- 2½ chén nước dùng gà hữu cơ
- 1 thìa cà phê bột cà ri
- 1 thìa cà phê muối
- ¼ thìa cà phê tiêu trắng

HƯỚNG DẪN
a) Cắt đôi quả bơ theo chiều dọc, lấy phần thịt từ 5 nửa quả bơ và để lại một nửa để trang trí.
b) Thêm một cốc nước luộc gà vào máy xay cùng với bơ. Trộn.
c) Đổ sữa chua, 1 cốc nước kho còn lại vào máy xay, muối, tiêu trắng và bột cà ri. Trộn lại.
d) Làm lạnh trong 5 đến 10 phút trong tủ lạnh.
e) Dùng ngay và phủ lên trên mỗi món ăn một vài lát bơ đã để sẵn.

Súp RAU CỦ LẠNH

37.Khoai lang Vichyssoise

THÀNH PHẦN:
- 1 muỗng canh dầu ô liu
- 2 củ tỏi tây vừa, chỉ lấy phần trắng, rửa sạch và cắt nhỏ
- 3 củ khoai lang lớn, gọt vỏ và cắt nhỏ
- 3 chén nước luộc rau, tự làm (xem Nước luộc rau nhẹ) hoặc mua ở cửa hàng hoặc nước Muối
- Nhúm ớt cayenne xay
- 1 cốc sữa đậu nành không đường hoặc nhiều hơn nếu cần
- Hẹ tươi cắt nhỏ để trang trí

HƯỚNG DẪN:

a) Trong nồi súp lớn, đun nóng dầu trên lửa vừa. Thêm tỏi tây và nấu cho đến khi mềm, khoảng 5 phút. Thêm khoai lang, nước dùng, muối và ớt cayenne cho vừa ăn. Đun sôi, sau đó giảm nhiệt xuống thấp và đun nhỏ lửa, không đậy nắp cho đến khi khoai tây mềm, khoảng 30 phút.

b) Nghiền súp trong nồi bằng máy xay ngâm hoặc trong máy xay sinh tố hoặc máy chế biến thực phẩm, theo mẻ nếu cần. Chuyển sang một thùng chứa lớn và khuấy đều sữa đậu nành. Đậy nắp và để lạnh cho đến khi nguội, ít nhất 3 giờ. Nếm thử, điều chỉnh gia vị nếu cần và thêm một chút sữa đậu nành nếu súp quá đặc.

c) Múc canh ra bát, rắc hẹ và thưởng thức.

38. Súp bơ-cà chua ướp lạnh

THÀNH PHẦN:
- 2 tép tỏi, nghiền nát
- Muối
- 2 quả bơ Hass chín
- 2 thìa nước cốt chanh
- 2 pound cà chua mận chín, thái nhỏ
- (14,5 ounce) có thể nghiền cà chua
- cốc nước ép cà chua
- Hạt tiêu vừa mới nghiền
- 8 lá húng quế tươi để trang trí

HƯỚNG DẪN:
a) Trong máy xay sinh tố hoặc máy chế biến thực phẩm, trộn tỏi và 1/2 muỗng cà phê muối và chế biến thành hỗn hợp sệt.
b) Hãy gọt vỏ một quả bơ rồi cho vào máy xay thực phẩm cùng với nước cốt chanh. Xử lý cho đến khi mịn. Thêm cà chua tươi và cà chua đóng hộp, nước ép cà chua, muối và hạt tiêu cho vừa ăn. Xử lý cho đến khi mịn.
c) Chuyển súp vào một hộp lớn, đậy nắp và để trong tủ lạnh cho đến khi nguội, từ 2 đến 3 giờ.
d) Hương vị, điều chỉnh gia vị nếu cần thiết. Gọt vỏ và gọt vỏ quả bơ còn lại rồi cắt thành khối nhỏ. Cắt lá húng quế thành dải mỏng. Múc súp ra bát, thêm bơ thái hạt lựu, trang trí với húng quế và thưởng thức.

39. Canh hạt điều dưa leo

THÀNH PHẦN:
- 1 tép tỏi, nghiền nát
- 1/2 thìa cà phê muối
- 1 cốc sữa đậu nành nguyên chất không đường
- 2 quả dưa chuột cỡ vừa của Anh, gọt vỏ và cắt nhỏ
- 2 muỗng canh hành lá xắt nhỏ
- 1 thìa nước cốt chanh tươi
- 1 muỗng canh mùi tây tươi băm nhỏ
- 2 thìa cà phê thì là tươi băm nhỏ hoặc 1/2 thìa cà phê khô
- 1 muỗng canh hẹ tươi cắt nhỏ để trang trí

HƯỚNG DẪN:
a) Trong máy xay sinh tố hoặc máy chế biến thực phẩm, xay hạt điều thành bột mịn. Thêm tỏi và muối, trộn cho đến khi tạo thành hỗn hợp sệt. Thêm 1/4 cốc sữa đậu nành và trộn cho đến khi mịn và mịn.
b) Thêm dưa chuột, hành lá, nước cốt chanh, rau mùi tây và thì là và xay cho đến khi mịn.
c) Thêm ¾ cốc sữa đậu nành còn lại và xay cho đến khi hòa quyện.
d) Chuyển hỗn hợp vào một thùng chứa lớn, đậy nắp và để lạnh cho đến khi nguội và hương vị hòa quyện, từ 2 đến 3 giờ. Hương vị, điều chỉnh gia vị nếu cần thiết.
e) Múc súp ra bát, trang trí với lá hẹ rồi thưởng thức.

40. Súp cà rốt ướp lạnh

THÀNH PHẦN:
- 1 muỗng canh dầu hạt cải hoặc dầu hạt nho
- 1 củ hành tây nhỏ, xắt nhỏ
- 1 pound cà rốt, thái nhỏ
- 3 quả cà chua mận chín, xắt nhỏ
- 1 muỗng cà phê gừng tươi xay
- 1 thìa cà phê đường
- 1/2 thìa cà phê muối
- 1/8 thìa cà phê ớt cayenne xay
- 3 chén nước luộc rau, tự làm (xem Nước luộc rau nhẹ) hoặc mua ở cửa hàng hoặc nước
- 1 lon nước cốt dừa không đường (13,5 ounce)
- 1 thìa nước cốt chanh tươi
- 1 muỗng canh húng quế tươi hoặc ngò tươi băm nhỏ

HƯỚNG DẪN:

a) Trong nồi súp lớn, đun nóng dầu trên lửa vừa. Thêm hành tây, đậy nắp và nấu cho đến khi mềm, 5 phút. Khuấy cà rốt, đậy nắp và nấu thêm 5 phút nữa. Thêm cà chua, gừng, đường, muối, ớt cayenne và nước dùng. Đun sôi, sau đó giảm nhiệt xuống thấp và đun nhỏ lửa, không đậy nắp cho đến khi rau mềm, khoảng 30 phút.

b) Nghiền súp trong nồi bằng máy xay ngâm hoặc trong máy xay sinh tố hoặc máy chế biến thực phẩm, theo mẻ nếu cần. Đổ súp vào tô lớn, cho nước cốt dừa và nước cốt chanh vào khuấy đều rồi để trong tủ lạnh ít nhất 3 giờ cho đến khi nguội.

c) Nêm nếm, điều chỉnh gia vị nếu cần rồi múc vào bát. Trang trí với húng quế và phục vụ.

41. Súp củ cải ướp lạnh

THÀNH PHẦN:
- 11/2 pound củ cải đỏ
- 2 muỗng canh dầu ô liu
- 1 củ hành đỏ nhỏ, xắt nhỏ
- 1 tép tỏi, băm nhỏ
- 1 thìa cà phê đường
- 3 muỗng canh giấm balsamic
- (14,5 ounce) có thể nghiền cà chua
- khoai tây nâu vừa, gọt vỏ và cắt nhỏ
- cà rốt vừa, xắt nhỏ
- 4 chén nước luộc rau, tự làm (xem Nước luộc rau nhẹ) hoặc mua ở cửa hàng hoặc nước
- 1 cốc nước ép táo
- Muối và hạt tiêu đen mới xay
- Kem chua thuần chay, tự làm (xem Kem chua đậu phụ) hoặc mua ở cửa hàng để trang trí
- Thì là tươi cắt nhỏ để trang trí

HƯỚNG DẪN:

a) Trong một nồi nước sôi lớn, đun củ cải vừa đủ lâu để vỏ bong ra để dễ lấy ra, khoảng 15 đến 20 phút. Để ráo nước và để nguội, sau đó lột vỏ và bỏ đi. Cắt nhỏ củ cải và đặt sang một bên.

b) Trong nồi súp lớn, đun nóng dầu trên lửa vừa. Thêm hành tây, đậy nắp và nấu cho đến khi mềm, khoảng 5 phút. Khuấy tỏi, đường và giấm rồi nấu, không đậy nắp, cho đến khi giấm bay hơi, khoảng 1 phút. Thêm cà chua, củ cải xắt nhỏ, khoai tây và cà rốt. Khuấy nước dùng và nước táo. Nêm muối và hạt tiêu cho vừa ăn. Đun sôi, sau đó giảm xuống mức thấp nhất và đun nhỏ lửa, không đậy nắp cho đến khi rau mềm, khoảng 30 phút. Tắt bếp và để nguội một chút.

c) Nghiền súp trong máy xay sinh tố hoặc máy chế biến thực phẩm, theo mẻ nếu cần. Chuyển súp vào một hộp lớn, đậy nắp và để lạnh cho đến khi nguội, ít nhất 3 giờ.

d) Múc ra bát, trang trí với kem chua và thì là rồi thưởng thức.

42.Súp rau xanh lạnh với cá

THÀNH PHẦN:
- 500g hỗn hợp rau xanh (như dưa chuột, ớt xanh và hành lá), thái nhỏ
- 200g cá nấu chín (chẳng hạn như cá hồi hoặc cá hồi), vẩy
- 2 chén nước luộc rau
- 1 cốc kem chua
- 2 thìa thì là tươi xắt nhỏ
- 2 muỗng canh mùi tây tươi xắt nhỏ
- Muối và hạt tiêu cho vừa ăn
- Những lát chanh để trang trí

HƯỚNG DẪN:
a) Trong một tô lớn, trộn rau xanh xắt nhỏ và cá bào.
b) Khuấy nước dùng rau và kem chua cho đến khi kết hợp tốt.
c) Thêm thì là, rau mùi tây, muối và hạt tiêu cắt nhỏ vào và trộn kỹ.
d) Làm lạnh súp trong tủ lạnh ít nhất 1 giờ trước khi ăn.
e) Dùng lạnh, trang trí bằng lát chanh.

43. Súp cà chua lạnh

THÀNH PHẦN:
- 1 pound cà chua, bóc vỏ và cắt thành từng phần
- 1 quả bơ, gọt vỏ và bỏ hạt
- 1/2 chén ngò xắt nhỏ
- 1 quả ớt jalapeño, bỏ hạt và cắt nhỏ
- 2 chén nước luộc rau
- 1/4 cốc nước cốt chanh
- Muối và hạt tiêu cho vừa ăn
- Dải bánh tortilla để trang trí

HƯỚNG DẪN:
a) Trong máy xay sinh tố, kết hợp cà chua cắt đôi, bơ, ngò cắt nhỏ, ớt jalapeño cắt nhỏ, nước luộc rau và nước cốt chanh.
b) Xay đến khi mịn.
c) Nêm muối và hạt tiêu cho vừa ăn.
d) Làm lạnh súp trong tủ lạnh ít nhất 1 giờ.
e) Ăn nguội, trang trí bằng dải bánh tortilla.

44.Súp cà rốt và sữa chua

THÀNH PHẦN:
- 4 cốc cà rốt hấp thái lát
- 1 cốc nước lạnh
- ½ cốc sữa chua Hy Lạp nguyên chất 2%
- ¼ chén hạt điều sống không muối
- 2 thìa nước cốt chanh
- ¾ thìa cà phê thì là
- ½ thìa cà phê bột nghệ
- ½ thìa cà phê muối thô

HƯỚNG DẪN:
a) Trộn cà rốt, nước, sữa chua, hạt điều, nước cốt chanh, thì là, nghệ và muối.
b) Thư giãn trước khi phục vụ.

45. Súp bí xanh & tỏi tây lạnh

THÀNH PHẦN:
- 2 quả bí xanh, xắt nhỏ
- 1 củ tỏi tây, chỉ lấy phần màu trắng và xanh nhạt, thái lát
- 2 chén nước luộc rau
- 1/2 cốc sữa chua Hy Lạp nguyên chất
- 2 thìa nước cốt chanh
- 1 muỗng canh thì là tươi xắt nhỏ
- Muối và hạt tiêu cho vừa ăn
- Ruy băng bí ngòi để trang trí

HƯỚNG DẪN:

a) Trong nồi, xào tỏi tây cắt nhỏ cho đến khi mềm.
b) Thêm bí xanh cắt nhỏ và nước luộc rau. Đun nhỏ lửa và nấu trong 10 phút.
c) Tắt bếp và để nguội một chút.
d) Chuyển hỗn hợp vào máy xay và xay cho đến khi mịn.
e) Khuấy sữa chua Hy Lạp, nước cốt chanh, thì là tươi xắt nhỏ, muối và hạt tiêu.
f) Làm lạnh súp trong tủ lạnh ít nhất 1 giờ.
g) Dùng lạnh, trang trí bằng ruy băng bí xanh.

46. Súp bí xanh và bơ

THÀNH PHẦN:
- 4 chén bí xanh xắt nhỏ
- 1 quả bơ
- ¾ cốc nước lạnh
- ½ chén ngò xắt nhỏ
- ½ chén cải xoong
- 3 thìa nước cốt chanh
- ½ thìa cà phê muối thô
- ½ chén đậu xanh, rửa sạch và để ráo nước

HƯỚNG DẪN:
a) Trộn bí xanh, bơ, nước, ngò, cải xoong, nước cốt chanh và muối.
b) Thư giãn trước khi phục vụ.

47. Súp dưa chuột lạnh và rau bina

THÀNH PHẦN:
- 2 quả dưa chuột, gọt vỏ và cắt nhỏ
- 2 chén lá rau bina tươi
- 1/2 cốc sữa chua nguyên chất
- 2 thìa nước cốt chanh
- 1 muỗng canh thì là tươi xắt nhỏ
- Muối và hạt tiêu cho vừa ăn
- Những lát dưa chuột để trang trí

HƯỚNG DẪN:
a) Trong máy xay sinh tố, kết hợp dưa chuột xắt nhỏ, lá rau bina tươi, sữa chua nguyên chất, nước cốt chanh, thì là tươi xắt nhỏ, muối và hạt tiêu.
b) Xay đến khi mịn.
c) Làm lạnh súp trong tủ lạnh ít nhất 1 giờ.
d) Ăn nguội, trang trí bằng lát dưa chuột.

48. Súp Bơ Lạnh Với Kem Ngò Ớt

THÀNH PHẦN:
- 2 quả bơ chín, gọt vỏ và bỏ hột
- 2 chén nước luộc rau
- 1/2 cốc kem chua
- 1 muỗng canh nước cốt chanh tươi
- 1/2 thìa cà phê thì là xay
- Muối và hạt tiêu cho vừa ăn
- 1/4 chén ngò tươi xắt nhỏ
- Mảnh ớt đỏ để trang trí

HƯỚNG DẪN:
a) Trong máy xay sinh tố, kết hợp bơ, nước luộc rau, kem chua, nước cốt chanh và thì là xay.
b) Xay đến khi mịn.
c) Nêm muối và hạt tiêu cho vừa ăn.
d) Làm lạnh súp trong tủ lạnh ít nhất 1 giờ.
e) Để phục vụ, múc súp nguội vào bát. Trang trí với rau mùi cắt nhỏ và rắc ớt đỏ.

49. Súp củ cải và bắp cải đỏ

THÀNH PHẦN:
- Hai gói 8 ounce củ cải nấu sẵn
- 1 cốc bơ sữa
- 1 chén bắp cải đỏ thái lát
- ¼ cốc thì là
- 2 muỗng canh cải ngựa đã chuẩn bị
- ¾ thìa cà phê muối thô

HƯỚNG DẪN:

a) Trộn củ cải, bơ sữa, bắp cải, thì là, cải ngựa và muối.
b) Thư giãn trước khi phục vụ.

50.Súp cà chua và ớt đỏ

THÀNH PHẦN:
- 1 chén ớt chuông đỏ nướng ráo nước
- 4 cốc cà chua cắt tư
- ¼ chén húng quế xắt nhỏ và hạnh nhân nướng
- 2 muỗng canh dầu ô liu nguyên chất
- 1 muỗng canh rượu sherry hoặc giấm rượu vang đỏ

HƯỚNG DẪN:
a) Trộn tất cả các thành phần.
b) Thư giãn trước khi phục vụ.

51.Súp gừng và cà rốt

THÀNH PHẦN:
- 2 muỗng canh dầu ô liu
- 1 củ hành vừa
- 1 miếng gừng tươi 2 inch
- 1 tép tỏi
- 2 cân cà rốt
- 6 chén nước luộc rau ít natri
- Nước ép 1 quả chanh
- 1 cốc sữa chua nguyên chất
- Muối và hạt tiêu đen mới xay cho vừa ăn

HƯỚNG DẪN:
a) Xào hành, gừng và tỏi.
b) Thêm cà rốt và nước dùng, đun nhỏ lửa cho đến khi mềm.
c) Súp xay nhuyễn và thư giãn.
d) Khuấy nước cốt chanh và sữa chua trước khi dùng.

52.Súp bơ sữa lạnh

THÀNH PHẦN:
- 2 quả bơ chín, gọt vỏ và bỏ hột
- 2 cốc bơ sữa
- 1/4 chén ngò tươi xắt nhỏ
- 2 thìa nước cốt chanh tươi
- 1 tép tỏi, băm nhỏ
- Muối và hạt tiêu cho vừa ăn
- Củ cải thái mỏng để trang trí
- Miếng chanh để trang trí

HƯỚNG DẪN:
a) Trong máy xay sinh tố, kết hợp bơ, bơ sữa, ngò, nước cốt chanh và tỏi băm.
b) Trộn cho đến khi mịn và kem.
c) Nêm muối và hạt tiêu cho vừa ăn.
d) Làm lạnh súp trong tủ lạnh ít nhất 1 giờ.
e) Ăn nguội, trang trí bằng củ cải thái lát mỏng và chanh.

53.Súp tỏi bí ngòi cà ri

THÀNH PHẦN:
- 2 muỗng canh dầu ô liu
- 1 củ hành vừa
- 1 tép tỏi
- 2 thìa cà phê bột cà ri
- 2 pound bí xanh
- 4 chén nước luộc gà hoặc rau ít natri
- Muối và hạt tiêu đen mới xay cho vừa ăn
- 1 cốc kem chua giảm béo
- 2 muỗng canh rau mùi tươi cắt nhỏ để trang trí

HƯỚNG DẪN:
a) Xào hành, tỏi và bột cà ri.
b) Thêm bí xanh và nước dùng, đun nhỏ lửa cho đến khi mềm.
c) Súp xay nhuyễn và thư giãn.
d) Khuấy kem chua và nêm gia vị trước khi dùng.

54. Súp sữa chua thì là và dưa chuột

THÀNH PHẦN:
- 2 quả dưa chuột lớn, gọt vỏ và thái hạt lựu
- 2 cốc sữa chua Hy Lạp
- 1 tép tỏi, băm nhỏ
- 2 thìa nước cốt chanh tươi
- 1 muỗng canh thì là tươi xắt nhỏ
- Muối và hạt tiêu cho vừa ăn
- Dầu ô liu nguyên chất để làm mưa phùn
- Bạc hà tươi cắt nhỏ để trang trí

HƯỚNG DẪN:
a) Trong máy xay sinh tố, kết hợp dưa chuột thái hạt lựu, sữa chua Hy Lạp, tỏi băm, nước cốt chanh và thì là cắt nhỏ.
b) Trộn cho đến khi mịn và kem.
c) Nêm muối và hạt tiêu cho vừa ăn.
d) Làm lạnh súp trong tủ lạnh ít nhất 2 giờ.
e) Trước khi dùng, rưới thêm dầu ô liu nguyên chất và trang trí với bạc hà tươi cắt nhỏ.

55.súp

THÀNH PHẦN:
- 2 bó củ cải cùng rau xanh (khoảng 8-9 củ vừa)
- ½ chén hành tây xắt nhỏ
- Cà chua hầm 1 pound
- 3 thìa nước cốt chanh tươi
- ⅓ cốc chất tạo ngọt dạng hạt

HƯỚNG DẪN:

a) Chà và làm sạch củ cải nhưng vẫn để nguyên vỏ. Giữ rau xanh an toàn. Trong một cái nồi lớn, trộn củ cải, hành tây và 3 lít nước.

b) Nấu trong một giờ hoặc cho đến khi củ cải cực kỳ mềm. Lấy củ cải ra khỏi nước nhưng KHÔNG Vứt nước đi. Bỏ hành tây đi.

c) Cho củ cải trở lại nước sau khi thái nhỏ. Rau xanh nên được rửa sạch và cắt nhỏ trước khi cho vào nước. Cho cà chua, nước cốt chanh và chất làm ngọt vào tô trộn. Nấu trong 30 phút trên lửa vừa hoặc cho đến khi rau xanh mềm.

d) Trước khi phục vụ, hãy làm lạnh ít nhất 2 giờ.

56.Súp kem bí xanh húng quế

THÀNH PHẦN:
- 1 muỗng canh dầu ô liu
- 1 củ hành vàng lớn, xắt nhỏ
- 2 pound bí xanh, thái lát dày 1/4 inch
- 4 chén nước luộc gà ít natri hoặc tự làm
- 1 chén lá húng quế, rửa sạch và cắt cuống, thêm nhiều lá húng quế để trang trí
- 2 muỗng canh crème fraîche (xem Ghi chú), và nhiều hơn nữa để trang trí
- 1/4 thìa cà phê ớt bột, cộng thêm để trang trí
- Muối kosher

HƯỚNG DẪN:
a) Đun nóng dầu ô liu trong chảo lớn trên lửa vừa. Thêm hành tây và nấu cho đến khi trong suốt, khoảng 5 phút. Thêm bí xanh và nấu thêm 2 phút nữa; sau đó cho nước luộc gà và 1 chén lá húng quế vào. Giảm nhiệt để đun nhỏ lửa và nấu 20 phút.

b) Nghiền súp theo mẻ trong máy xay. Đổ súp qua rây lọc vào tô, dùng muôi để đẩy hết phần rắn còn sót lại. Thêm 2 muỗng canh. crème fraîche và 1/4 muỗng cà phê. bột ớt. Nêm muối cho vừa ăn.

c) Chia súp vào các bát và trang trí mỗi bát bằng một ít kem tươi, rắc ớt bột và một ít lá húng quế.

Súp CÁ LẠNH VÀ HẢI SẢN

57. Súp dưa chuột lạnh với tôm thảo mộc

THÀNH PHẦN:
- 2 quả dưa chuột lớn kiểu Anh
- 1 cốc sữa chua nguyên chất
- 2 tép tỏi
- 2 muỗng canh thì là tươi, xắt nhỏ
- 2 muỗng canh bạc hà tươi, xắt nhỏ
- 1 quả chanh
- Muối
- Hạt tiêu
- 12 con tôm lớn, bóc vỏ và bỏ chỉ
- Dầu ô liu
- 1 muỗng canh mùi tây tươi, cắt nhỏ (để trang trí)

HƯỚNG DẪN:

CHUẨN BỊ SÚP DƯA CHUỘT:

a) Gọt vỏ và cắt nhỏ dưa chuột.
b) Trong máy xay sinh tố hoặc máy chế biến thực phẩm, trộn dưa chuột cắt nhỏ, sữa chua, tép tỏi, thì là, bạc hà và nước cốt của nửa quả chanh.
c) Xay đến khi mịn.
d) Nêm súp với muối và hạt tiêu cho vừa ăn.
e) Chuyển súp vào tô lớn và để lạnh cho đến khi sẵn sàng phục vụ.

CHUẨN BỊ TÔM THẢO DƯỢC:

f) Đun nóng một ít dầu ô liu trong chảo hoặc chảo rán trên lửa vừa cao.
g) Nêm tôm với muối và hạt tiêu.
h) Cho tôm vào chảo và nấu khoảng 2-3 phút mỗi mặt hoặc cho đến khi chúng có màu hồng và chín đều.
i) Vắt nước của nửa quả chanh còn lại lên tôm trong khi nấu.
j) Lấy tôm ra khỏi chảo và đặt sang một bên.

PHỤC VỤ:

k) Múc súp dưa chuột ướp lạnh vào bát.
l) Đặt một ít tôm thảo dược lên trên mỗi bát.
m) Trang trí với rau mùi tây xắt nhỏ.
n) Dùng ngay và thưởng thức món súp dưa chuột lạnh sảng khoái với tôm thảo mộc!

58.Súp tôm và bơ ướp lạnh

THÀNH PHẦN:
- 1 lb tôm nấu chín, bóc vỏ và bỏ chỉ
- 2 quả bơ chín, gọt vỏ và thái hạt lựu
- 1 quả dưa chuột, gọt vỏ, bỏ hạt và thái hạt lựu
- 1/4 chén ngò tươi xắt nhỏ
- 2 thìa nước cốt chanh
- 2 chén nước luộc rau hoặc nước luộc hải sản
- Muối và hạt tiêu cho vừa ăn

HƯỚNG DẪN:

a) Trong máy xay sinh tố, kết hợp một quả bơ, một nửa quả dưa chuột, ngò, nước cốt chanh và nước luộc rau. Xay đến khi mịn.

b) Cắt bơ và dưa chuột còn lại thành từng miếng nhỏ rồi thêm vào súp.

c) Cho tôm đã luộc vào trộn đều.

d) Nêm muối và hạt tiêu cho vừa ăn.

e) Làm lạnh trong tủ lạnh ít nhất 1 giờ trước khi dùng.

f) Dùng nguội, trang trí thêm ngò nếu muốn.

59. Tôm hùm ướp lạnh

THÀNH PHẦN:
- 2 đuôi tôm hùm nấu chín và cắt nhỏ
- 2 cốc kem đặc
- 1 chén nước dùng hải sản
- 1/4 cốc rượu sherry khô
- 2 muỗng canh bột cà chua
- 1/4 thìa cà phê ớt bột
- Muối và hạt tiêu cho vừa ăn
- Hẹ cắt nhỏ để trang trí

HƯỚNG DẪN:
a) Trong máy xay sinh tố, kết hợp đuôi tôm hùm đã nấu chín, kem đặc, nước kho hải sản, rượu sherry, bột cà chua và ớt bột. Xay đến khi mịn.
b) Nêm muối và hạt tiêu cho vừa ăn.
c) Làm lạnh trong tủ lạnh ít nhất 2 giờ trước khi dùng.
d) Ăn nguội, trang trí với hành lá xắt nhỏ.

60.Súp cá hồi hun khói lạnh

THÀNH PHẦN:
- 8 oz cá hồi hun khói, xắt nhỏ
- 2 cốc sữa chua Hy Lạp
- 1 quả dưa chuột, gọt vỏ, bỏ hạt và thái hạt lựu
- 2 củ hành xanh, thái lát mỏng
- 2 thìa thì là tươi xắt nhỏ
- 2 thìa nước cốt chanh
- 1 chén nước luộc rau hoặc nước luộc hải sản
- Muối và hạt tiêu cho vừa ăn

HƯỚNG DẪN:
a) Trong máy xay sinh tố, kết hợp cá hồi hun khói, sữa chua Hy Lạp, dưa chuột, hành lá, thì là, nước cốt chanh và nước luộc rau. Xay đến khi mịn.
b) Nêm muối và hạt tiêu cho vừa ăn.
c) Làm lạnh trong tủ lạnh ít nhất 1 giờ trước khi dùng.
d) Ăn nguội, trang trí với một nhánh thì là.

61.Cua Gazpacho ướp lạnh

THÀNH PHẦN:
- 1 lb thịt cua cục
- 2 quả cà chua lớn, thái hạt lựu
- 1 quả dưa chuột, gọt vỏ, bỏ hạt và thái hạt lựu
- 1 quả ớt chuông đỏ, thái hạt lựu
- 1/4 chén hành đỏ xắt nhỏ
- 2 tép tỏi, băm nhỏ
- 2 muỗng canh mùi tây tươi xắt nhỏ
- 2 muỗng canh giấm rượu vang đỏ
- 2 cốc nước ép cà chua
- Muối và hạt tiêu cho vừa ăn

HƯỚNG DẪN:
a) Trong máy xay sinh tố, kết hợp một quả cà chua, một nửa quả dưa chuột, một nửa quả ớt chuông đỏ, hành tây đỏ, tỏi, rau mùi tây, giấm rượu vang đỏ và nước ép cà chua. Xay đến khi mịn.
b) Cắt phần cà chua, dưa chuột và ớt chuông đỏ còn lại thành từng miếng nhỏ rồi cho vào súp.
c) Cho thịt cua vào trộn đều.
d) Nêm muối và hạt tiêu cho vừa ăn.
e) Làm lạnh trong tủ lạnh ít nhất 1 giờ trước khi dùng.
f) Dùng lạnh, trang trí thêm rau mùi tây nếu muốn.

62. Súp cua lạnh

THÀNH PHẦN:
- 500g thịt cua cục
- 2 chén nước luộc gà
- 1 cốc kem đặc
- 1/4 chén rượu trắng khô
- 1/4 chén hẹ tươi xắt nhỏ
- 2 thìa nước cốt chanh
- Muối và hạt tiêu cho vừa ăn
- Miếng chanh để trang trí

HƯỚNG DẪN:
a) Trong một tô lớn, trộn thịt cua, nước luộc gà, kem đặc, rượu trắng, hẹ cắt nhỏ và nước cốt chanh.
b) Nêm muối và hạt tiêu cho vừa ăn.
c) Làm lạnh súp trong tủ lạnh ít nhất 1 giờ.
d) Dùng lạnh, trang trí bằng chanh.
e) (Lưu ý: Nếu muốn, súp có thể được xay nhuyễn để có độ sệt mịn hơn)

63. Súp bơ sữa lạnh và tôm

THÀNH PHẦN:
- 2 cốc bơ sữa
- 1 cốc sữa chua nguyên chất
- 200g tôm luộc chín, bóc vỏ và bỏ chỉ
- 1 quả dưa chuột, gọt vỏ, bỏ hạt và thái hạt lựu
- 2 thìa thì là tươi xắt nhỏ
- 1 muỗng canh hẹ tươi xắt nhỏ
- Muối và hạt tiêu cho vừa ăn
- Miếng chanh để trang trí

HƯỚNG DẪN:
a) Trong một tô lớn, trộn bơ sữa, sữa chua nguyên chất, tôm nấu chín, dưa chuột thái hạt lựu, thì là xắt nhỏ và hẹ cắt nhỏ.
b) Nêm muối và hạt tiêu cho vừa ăn.
c) Làm lạnh súp trong tủ lạnh ít nhất 1 giờ.
d) Dùng lạnh, trang trí bằng chanh.

64. Súp cua và dưa chuột ướp lạnh

THÀNH PHẦN:
- 1 lb thịt cua cục
- 2 quả dưa chuột Anh, gọt vỏ và thái hạt lựu
- 1/2 cốc sữa chua Hy Lạp nguyên chất
- 1/4 chén thì là tươi xắt nhỏ
- 2 thìa nước cốt chanh
- 2 chén nước luộc rau hoặc nước luộc hải sản
- Muối và hạt tiêu cho vừa ăn

HƯỚNG DẪN:
a) Trong máy xay sinh tố, kết hợp một quả dưa chuột, sữa chua Hy Lạp, thì là, nước cốt chanh và nước luộc rau. Xay đến khi mịn.
b) Cắt dưa chuột còn lại thành từng miếng nhỏ và thêm vào súp.
c) Cho thịt cua vào trộn đều.
d) Nêm muối và hạt tiêu cho vừa ăn.
e) Làm lạnh trong tủ lạnh ít nhất 1 giờ trước khi dùng.
f) Ăn nguội, trang trí với một nhánh thì là.

65. Súp tôm dừa ướp lạnh

THÀNH PHẦN:
- 1 lb tôm nấu chín, bóc vỏ và bỏ chỉ
- 1 lon (13,5 oz) nước cốt dừa
- 1 chén nước luộc gà hoặc hải sản
- 1 quả ớt chuông đỏ, thái hạt lựu
- 1/2 chén dứa thái hạt lựu
- 2 thìa nước cốt chanh
- 1 muỗng canh nước mắm
- 1 muỗng canh rau mùi tươi xắt nhỏ
- Muối và hạt tiêu cho vừa ăn

HƯỚNG DẪN:
a) Trong máy xay, trộn nước cốt dừa, nước dùng, nước cốt chanh, nước mắm và một nửa quả ớt chuông đỏ. Xay đến khi mịn.
b) Cho ớt chuông đỏ còn lại, dứa thái hạt lựu và tôm nấu chín vào trộn đều.
c) Nêm muối và hạt tiêu cho vừa ăn.
d) Làm lạnh trong tủ lạnh ít nhất 1 giờ trước khi dùng.
e) Ăn nguội, trang trí với rau mùi xắt nhỏ.

66. Súp cá ngừ lạnh và đậu trắng

THÀNH PHẦN:
- 2 lon (mỗi 5 oz) cá ngừ, để ráo nước
- 2 chén đậu trắng nấu chín (chẳng hạn như đậu cannellini hoặc đậu hải quân)
- 1 cốc cà chua thái hạt lựu
- 1/4 chén hành đỏ xắt nhỏ
- 2 muỗng canh mùi tây tươi xắt nhỏ
- 2 muỗng canh giấm rượu vang đỏ
- 1 muỗng canh dầu ô liu
- Muối và hạt tiêu cho vừa ăn

HƯỚNG DẪN:
a) Trong một tô lớn, trộn cá ngừ, đậu trắng, cà chua thái hạt lựu, hành tím, rau mùi tây, giấm rượu vang đỏ và dầu ô liu.
b) Nêm muối và hạt tiêu cho vừa ăn.
c) Làm lạnh trong tủ lạnh ít nhất 1 giờ trước khi dùng.
d) Dùng lạnh, trang trí thêm rau mùi tây nếu muốn.

67.Súp sò điệp và ngô ướp lạnh

THÀNH PHẦN:
- 1 lb sò điệp biển, nấu chín và thái lát
- 2 chén hạt ngô tươi
- 1 quả ớt chuông đỏ, thái hạt lựu
- 1/2 chén cần tây thái hạt lựu
- 2 củ hành xanh, thái lát mỏng
- 2 chén nước luộc rau hoặc nước luộc hải sản
- 1/4 cốc nước cốt chanh
- 1/4 chén ngò tươi xắt nhỏ
- Muối và hạt tiêu cho vừa ăn

HƯỚNG DẪN:

a) Trong một tô lớn, trộn sò điệp biển, hạt ngô, ớt chuông đỏ, cần tây, hành lá, nước luộc rau, nước cốt chanh và ngò.

b) Nêm muối và hạt tiêu cho vừa ăn.

c) Làm lạnh trong tủ lạnh ít nhất 1 giờ trước khi dùng.

d) Ăn nguội, trang trí với một nhánh ngò.

Súp GIA CẦM LẠNH

68.Súp gà và rau ướp lạnh

THÀNH PHẦN:
- 2 chén ức gà nấu chín, thái nhỏ
- 2 củ cà rốt, gọt vỏ và thái hạt lựu
- 2 cọng cần tây, thái hạt lựu
- 1/2 chén đậu Hà Lan đông lạnh
- 1/4 chén mùi tây tươi xắt nhỏ
- 6 chén nước luộc gà
- 2 thìa nước cốt chanh
- Muối và hạt tiêu cho vừa ăn

HƯỚNG DẪN:
a) Trong một tô lớn, trộn ức gà nấu chín, cà rốt, cần tây, đậu Hà Lan và rau mùi tây.
b) Đổ nước luộc gà và nước cốt chanh vào hỗn hợp rồi khuấy đều.
c) Nêm muối và hạt tiêu cho vừa ăn.
d) Làm lạnh trong tủ lạnh ít nhất 2 giờ trước khi dùng.
e) Dùng lạnh, trang trí thêm rau mùi tây nếu muốn.

69.Súp Thổ Nhĩ Kỳ ướp lạnh và nam việt quất

THÀNH PHẦN:
- 2 chén ức gà tây nấu chín, cắt nhỏ
- 1/2 cốc quả nam việt quất khô
- 1/4 chén hồ đào xắt nhỏ
- 2 củ hành xanh, thái lát mỏng
- 4 chén nước luộc gà
- 1/2 cốc sữa chua Hy Lạp nguyên chất
- 2 muỗng canh si-rô phong
- Muối và hạt tiêu cho vừa ăn

HƯỚNG DẪN:
a) Trong một tô lớn, trộn ức gà tây nấu chín, quả nam việt quất khô, quả hồ đào và hành lá.
b) Trong một bát riêng, trộn đều nước luộc gà, sữa chua Hy Lạp và xi-rô cây phong cho đến khi mịn.
c) Đổ hỗn hợp nước dùng lên hỗn hợp gà tây và khuấy đều.
d) Nêm muối và hạt tiêu cho vừa ăn.
e) Làm lạnh trong tủ lạnh ít nhất 2 giờ trước khi dùng.
f) Ăn nguội, trang trí bằng rắc hồ đào cắt nhỏ.

70.Súp gà và ngô ướp lạnh

THÀNH PHẦN:
- 2 chén ức gà nấu chín, thái hạt lựu
- 2 chén hạt ngô tươi hoặc đông lạnh
- 1 quả ớt chuông đỏ, thái hạt lựu
- 1/2 chén dưa chuột thái hạt lựu
- 1/4 chén ngò tươi xắt nhỏ
- 4 chén nước luộc gà
- 2 thìa nước cốt chanh
- Muối và hạt tiêu cho vừa ăn

HƯỚNG DẪN:
a) Trong một tô lớn, trộn ức gà nấu chín, hạt ngô, ớt chuông đỏ, dưa chuột và ngò.
b) Đổ nước luộc gà và nước cốt chanh vào hỗn hợp rồi khuấy đều.
c) Nêm muối và hạt tiêu cho vừa ăn.
d) Làm lạnh trong tủ lạnh ít nhất 2 giờ trước khi dùng.
e) Ăn nguội, trang trí với một nhánh ngò.

71. Súp Thổ Nhĩ Kỳ ướp lạnh và bơ

THÀNH PHẦN:
- 2 chén ức gà tây nấu chín, thái hạt lựu
- 2 quả bơ chín, gọt vỏ và thái hạt lựu
- 1/2 chén cà chua thái hạt lựu
- 1/4 chén hành đỏ xắt nhỏ
- 2 muỗng canh rau mùi tươi xắt nhỏ
- 4 chén nước luộc gà
- 2 thìa nước cốt chanh
- Muối và hạt tiêu cho vừa ăn

HƯỚNG DẪN:
a) Trong một tô lớn, trộn ức gà tây đã nấu chín, bơ, cà chua, hành tím và ngò.
b) Đổ nước luộc gà và nước cốt chanh vào hỗn hợp rồi khuấy đều.
c) Nêm muối và hạt tiêu cho vừa ăn.
d) Làm lạnh trong tủ lạnh ít nhất 2 giờ trước khi dùng.
e) Dùng nguội, trang trí thêm ngò nếu muốn.

72. Súp Orzo gà chanh ướp lạnh

THÀNH PHẦN:
- 2 chén ức gà nấu chín, thái nhỏ
- 1/2 chén mì ống orzo chưa nấu chín
- 2 củ cà rốt, gọt vỏ và thái hạt lựu
- 2 cọng cần tây, thái hạt lựu
- 4 chén nước luộc gà
- 1/4 cốc nước cốt chanh
- 2 thìa thì là tươi xắt nhỏ
- Muối và hạt tiêu cho vừa ăn

HƯỚNG DẪN:
a) Trong một cái nồi lớn, đun sôi nước luộc gà. Thêm mì ống orzo và nấu theo hướng dẫn trên bao bì cho đến khi chín.
b) Khuấy ức gà nấu chín, cà rốt, cần tây, nước cốt chanh và thì là tươi xắt nhỏ.
c) Nêm muối và hạt tiêu cho vừa ăn.
d) Hủy chức năng sưởi nhiệt để nhiệt độ phòng trở lại bình thường.
e) Chuyển vào tủ lạnh và làm lạnh ít nhất 2 giờ trước khi dùng.
f) Ăn nguội, trang trí với một nhánh thì là.

73.Súp Thổ Nhĩ Kỳ và rau bina ướp lạnh

THÀNH PHẦN:
- 2 chén ức gà tây nấu chín, thái hạt lựu
- 4 chén nước luộc gà
- 2 chén lá rau bina tươi
- 1/2 cốc cà rốt thái hạt lựu
- 1/2 chén cần tây thái hạt lựu
- 1/4 chén hành tây thái hạt lựu
- 2 tép tỏi, băm nhỏ
- 1 muỗng canh dầu ô liu
- Muối và hạt tiêu cho vừa ăn

HƯỚNG DẪN:
a) Trong một nồi lớn, đun nóng dầu ô liu trên lửa vừa. Thêm hành tây thái hạt lựu và tỏi băm vào xào cho đến khi mềm.
b) Thêm cà rốt thái hạt lựu và cần tây vào nấu thêm 2-3 phút nữa.
c) Đổ nước luộc gà vào và đun nhỏ lửa. Thêm ức gà tây thái hạt lựu và lá rau bina.
d) Đun nhỏ lửa trong 5-10 phút cho đến khi rau mềm và hương vị hòa quyện.
e) Nêm muối và hạt tiêu cho vừa ăn.
f) Hủy chức năng sưởi nhiệt để nhiệt độ phòng trở lại bình thường.
g) Chuyển vào tủ lạnh và làm lạnh ít nhất 2 giờ trước khi dùng.
h) Phục vụ lạnh.

74. Súp gà và xoài ướp lạnh

THÀNH PHẦN:
- 2 chén ức gà nấu chín, thái nhỏ
- 2 quả xoài chín, gọt vỏ và thái hạt lựu
- 1/2 chén ớt chuông đỏ thái hạt lựu
- 1/4 chén hành đỏ thái hạt lựu
- 2 muỗng canh rau mùi tươi xắt nhỏ
- 4 chén nước luộc gà
- 2 thìa nước cốt chanh
- Muối và hạt tiêu cho vừa ăn

HƯỚNG DẪN:

a) Trong máy xay sinh tố, trộn một quả xoài thái hạt lựu với nước luộc gà và nước cốt chanh. Xay đến khi mịn.

b) Trong một tô lớn, trộn ức gà nấu chín, xoài thái hạt lựu, ớt chuông đỏ thái hạt lựu, hành tím thái hạt lựu và ngò xắt nhỏ.

c) Đổ hỗn hợp xoài đã trộn lên hỗn hợp gà và rau rồi khuấy đều.

d) Nêm muối và hạt tiêu cho vừa ăn.

e) Làm lạnh trong tủ lạnh ít nhất 2 giờ trước khi dùng.

f) Dùng nguội, trang trí thêm ngò nếu muốn.

75. Súp cơm gà với nước cốt dừa

THÀNH PHẦN:
- 2 chén ức gà nấu chín, thái hạt lựu
- 1 chén cơm nấu chín
- 1 lon (13,5 oz) nước cốt dừa
- 4 chén nước luộc gà
- 2 thìa nước mắm
- 2 thìa nước cốt chanh
- 2 tép tỏi, băm nhỏ
- 1 muỗng canh gừng xay
- 1 quả ớt đỏ, thái lát mỏng (tùy chọn để thêm gia vị)
- Muối và hạt tiêu cho vừa ăn

HƯỚNG DẪN:

a) Trong một nồi lớn, trộn nước luộc gà, nước cốt dừa, nước mắm, nước cốt chanh, tỏi băm, gừng nạo và ớt đỏ thái lát (nếu dùng). Đun sôi.
b) Cho ức gà thái hạt lựu và cơm vào nồi. Đun nhỏ lửa trong 5-10 phút cho đến khi chín.
c) Nêm muối và hạt tiêu cho vừa ăn.
d) Hủy chức năng sưởi nhiệt để nhiệt độ phòng trở lại bình thường.
e) Chuyển vào tủ lạnh và làm lạnh ít nhất 2 giờ trước khi dùng.
f) Phục vụ lạnh.

76. Súp gà nguội, cần tây và quả óc chó

THÀNH PHẦN:
- 2 chén ức gà nấu chín, thái nhỏ
- 2 cọng cần tây, thái nhỏ
- 1/2 chén quả óc chó, xắt nhỏ
- 4 chén nước luộc gà
- 1 cốc sữa chua nguyên chất
- 2 thìa nước cốt chanh
- Muối và hạt tiêu cho vừa ăn
- Rau mùi tây tươi để trang trí

HƯỚNG DẪN:

a) Trong một tô lớn, trộn thịt gà xé nhỏ, cần tây cắt nhỏ và quả óc chó cắt nhỏ.

b) Khuấy nước luộc gà, sữa chua nguyên chất và nước cốt chanh. Trộn đều.

c) Nêm muối và hạt tiêu cho vừa ăn.

d) Làm lạnh súp trong tủ lạnh ít nhất 1 giờ.

e) Ăn nguội, trang trí với rau mùi tây tươi.

77. Súp măng tây lạnh với trứng cút và trứng cá muối

THÀNH PHẦN:
- 500g măng tây, cắt nhỏ và cắt nhỏ
- 4 chén nước luộc rau
- 1 cốc sữa chua Hy Lạp
- Muối và hạt tiêu cho vừa ăn
- 8 quả trứng cút luộc chín, bóc vỏ
- Trứng cá muối để trang trí
- Hẹ cắt nhỏ để trang trí

HƯỚNG DẪN:
a) Trong một cái nồi lớn, đun sôi nước luộc rau. Thêm măng tây cắt nhỏ vào nấu cho đến khi mềm, khoảng 5-7 phút.
b) Tắt bếp và để nguội một chút.
c) Trong máy xay sinh tố, xay nhuyễn măng tây đã nấu chín và nước dùng cho đến khi mịn.
d) Khuấy sữa chua Hy Lạp và nêm muối và hạt tiêu cho vừa ăn.
e) Làm lạnh súp trong tủ lạnh ít nhất 1 giờ.
f) Để phục vụ, múc súp nguội vào bát. Cắt trứng cút làm đôi và đặt chúng lên trên súp. Trang trí với trứng cá muối và hẹ cắt nhỏ.

Súp THẢO LẠNH

78. Súp dưa đỏ với bạc hà

THÀNH PHẦN:
- 1 quả dưa lớn
- ¼ cốc mật ong
- ½ cốc nước cam
- 1½ thìa bạc hà tươi thái nhỏ

HƯỚNG DẪN:
a) Trộn dưa đỏ, mật ong và nước cam.
b) Làm lạnh và khuấy đều bạc hà trước khi dùng.

79. Súp bí xanh ướp lạnh

THÀNH PHẦN:
- 3 (14 ½ -ounce) lon nước luộc gà ít natri
- 2 thìa nước cốt chanh tươi
- 3 quả bí xanh
- 1 củ hành tây
- 1 tép tỏi
- 3 thìa bạc hà cắt nhỏ
- 4 muỗng canh kem chua không béo

HƯỚNG DẪN:
a) Đun sôi nước dùng với rau.
b) Nghiền nhuyễn với nước cốt chanh và bạc hà.
c) Thư giãn và phục vụ với một ít kem chua.

80.Súp đậu bạc hà lạnh

THÀNH PHẦN:
- 2 chén đậu Hà Lan đông lạnh, rã đông
- 1 củ hành tây nhỏ, xắt nhỏ
- 2 chén nước luộc rau
- 1/2 cốc sữa chua Hy Lạp nguyên chất
- 1 muỗng canh lá bạc hà tươi xắt nhỏ
- Muối và hạt tiêu cho vừa ăn
- Vỏ chanh để trang trí (tùy chọn)

HƯỚNG DẪN:
a) Trong nồi, xào hành tây xắt nhỏ cho đến khi trong suốt.
b) Thêm đậu Hà Lan đã rã đông và nước luộc rau. Đun nhỏ lửa và nấu trong 5 phút.
c) Tắt bếp và để nguội một chút.
d) Chuyển hỗn hợp vào máy xay và xay cho đến khi mịn.
e) Khuấy sữa chua Hy Lạp và lá bạc hà cắt nhỏ. Nêm muối và hạt tiêu cho vừa ăn.
f) Làm lạnh súp trong tủ lạnh ít nhất 1 giờ.
g) Dùng lạnh, trang trí với vỏ chanh nếu muốn.

81.Súp chua lạnh

THÀNH PHẦN:
- 4 chén lá me chua tươi, bỏ cuống
- 1 củ hành tây nhỏ, xắt nhỏ
- 2 chén nước luộc rau
- 1 cốc sữa chua Hy Lạp nguyên chất
- 1 thìa nước cốt chanh
- Muối và hạt tiêu cho vừa ăn
- Hẹ tươi để trang trí

HƯỚNG DẪN:

a) Trong nồi, xào hành tây xắt nhỏ cho đến khi trong suốt.
b) Thêm lá cây me chua và nước luộc rau. Đun nhỏ lửa và nấu trong 5 phút.
c) Tắt bếp và để nguội một chút.
d) Chuyển hỗn hợp vào máy xay và xay cho đến khi mịn.
e) Khuấy sữa chua Hy Lạp và nước chanh. Nêm muối và hạt tiêu cho vừa ăn.
f) Làm lạnh súp trong tủ lạnh ít nhất 1 giờ.
g) Dùng lạnh, trang trí với hẹ tươi.

82.Súp bơ và ngò ướp lạnh

THÀNH PHẦN:
- 2 quả bơ chín, gọt vỏ và thái hạt lựu
- 1 chén nước luộc rau
- 1/4 chén lá ngò tươi
- 1/4 chén hành lá xắt nhỏ
- 2 thìa nước cốt chanh
- 1 tép tỏi, băm nhỏ
- Muối và hạt tiêu cho vừa ăn

HƯỚNG DẪN:
a) Trong máy xay sinh tố, kết hợp bơ, nước luộc rau, lá ngò, hành lá, nước cốt chanh và tỏi băm.
b) Xay đến khi mịn.
c) Nêm muối và hạt tiêu cho vừa ăn.
d) Làm lạnh trong tủ lạnh ít nhất 1 giờ trước khi dùng.
e) Ăn nguội, trang trí với một nhánh ngò.

83.Súp Đậu Hà Lan và Tarragon ướp lạnh

THÀNH PHẦN:
- 2 chén đậu Hà Lan đông lạnh, rã đông
- 1 củ hành tây nhỏ, xắt nhỏ
- 2 chén nước luộc rau
- 1/4 chén lá ngải giấm tươi
- 1/4 cốc sữa chua Hy Lạp nguyên chất
- 2 thìa nước cốt chanh
- Muối và hạt tiêu cho vừa ăn

HƯỚNG DẪN:
a) Trong nồi, xào hành tây xắt nhỏ cho đến khi trong suốt.
b) Thêm đậu Hà Lan đã rã đông và nước luộc rau vào nồi. Đun sôi, sau đó giảm nhiệt và đun nhỏ lửa trong 5 phút.
c) Tắt bếp và để nguội một chút.
d) Chuyển hỗn hợp đậu vào máy xay. Thêm lá ngải giấm tươi, sữa chua Hy Lạp và nước cốt chanh.
e) Xay đến khi mịn.
f) Nêm muối và hạt tiêu cho vừa ăn.
g) Làm lạnh trong tủ lạnh ít nhất 1 giờ trước khi dùng.
h) Dùng lạnh, trang trí bằng một nhánh tarragon.

84. Súp rau bina và thì là ướp lạnh

THÀNH PHẦN:
- 4 chén lá rau bina tươi
- 1 cốc sữa chua Hy Lạp nguyên chất
- 1/4 chén thì là tươi xắt nhỏ
- 2 củ hành xanh, xắt nhỏ
- 2 thìa nước cốt chanh
- 2 chén nước luộc rau
- Muối và hạt tiêu cho vừa ăn

HƯỚNG DẪN:

a) Trong máy xay sinh tố, kết hợp lá rau bina, sữa chua Hy Lạp, thì là, hành lá, nước cốt chanh và nước luộc rau.
b) Xay đến khi mịn.
c) Nêm muối và hạt tiêu cho vừa ăn.
d) Làm lạnh trong tủ lạnh ít nhất 1 giờ trước khi dùng.
e) Ăn nguội, trang trí với một nhánh thì là.

85. Súp bí xanh và rau mùi tây ướp lạnh

THÀNH PHẦN:
- 3 quả bí vừa, thái hạt lựu
- 1 củ hành tây, xắt nhỏ
- 2 tép tỏi, băm nhỏ
- 4 chén nước luộc rau
- 1/4 chén mùi tây tươi xắt nhỏ
- 2 thìa nước cốt chanh
- 2 muỗng canh dầu ô liu
- Muối và hạt tiêu cho vừa ăn

HƯỚNG DẪN:

a) Trong nồi, đun nóng dầu ô liu trên lửa vừa. Thêm hành tây xắt nhỏ và tỏi băm vào xào cho đến khi mềm.

b) Cho bí xanh thái hạt lựu vào nồi và xào thêm 5 phút nữa.

c) Đổ nước luộc rau vào và đun sôi. Giảm nhiệt và đun nhỏ lửa trong vòng 10-15 phút cho đến khi bí xanh mềm.

d) Tắt bếp và để nguội một chút.

e) Chuyển súp vào máy xay. Thêm rau mùi tây cắt nhỏ và nước cốt chanh.

f) Xay đến khi mịn.

g) Nêm muối và hạt tiêu cho vừa ăn.

h) Làm lạnh trong tủ lạnh ít nhất 1 giờ trước khi dùng.

i) Phục vụ lạnh.

86.Súp măng tây và hẹ ướp lạnh

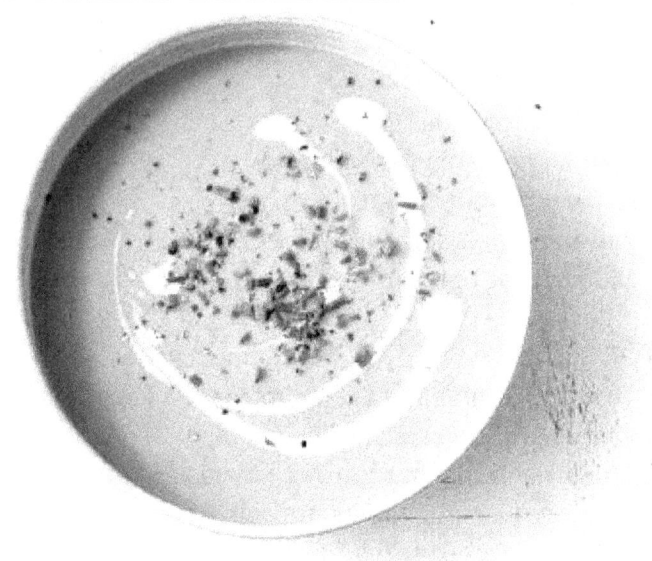

THÀNH PHẦN:
- 1 lb măng tây, cắt nhỏ và cắt nhỏ
- 1 củ hành tây, xắt nhỏ
- 2 tép tỏi, băm nhỏ
- 4 chén nước luộc rau
- 1/4 chén hẹ tươi xắt nhỏ
- 2 thìa nước cốt chanh
- 2 muỗng canh dầu ô liu
- Muối và hạt tiêu cho vừa ăn

HƯỚNG DẪN:

a) Trong nồi, đun nóng dầu ô liu trên lửa vừa. Thêm hành tây xắt nhỏ và tỏi băm vào xào cho đến khi mềm.
b) Thêm măng tây cắt nhỏ vào nồi và xào thêm 5 phút nữa.
c) Đổ nước luộc rau vào và đun sôi. Giảm nhiệt và đun nhỏ lửa trong vòng 10-15 phút cho đến khi măng tây mềm.
d) Tắt bếp và để nguội một chút.
e) Chuyển súp vào máy xay. Thêm hẹ cắt nhỏ và nước cốt chanh.
f) Xay đến khi mịn.
g) Nêm muối và hạt tiêu cho vừa ăn.
h) Làm lạnh trong tủ lạnh ít nhất 1 giờ trước khi dùng.
i) Phục vụ lạnh.

87.Súp củ cải và bạc hà ướp lạnh

THÀNH PHẦN:
- 3 củ cải vừa, nấu chín và gọt vỏ
- 1 cốc sữa chua Hy Lạp nguyên chất
- 1/4 chén lá bạc hà tươi xắt nhỏ
- 2 thìa nước cốt chanh
- 2 chén nước luộc rau
- Muối và hạt tiêu cho vừa ăn

HƯỚNG DẪN:
a) Trong máy xay sinh tố, kết hợp củ cải nấu chín, sữa chua Hy Lạp, lá bạc hà, nước cốt chanh và nước luộc rau.
b) Xay đến khi mịn.
c) Nêm muối và hạt tiêu cho vừa ăn.
d) Làm lạnh trong tủ lạnh ít nhất 1 giờ trước khi dùng.
e) Dùng lạnh, trang trí bằng một nhánh bạc hà.

88. Súp gà thảo dược Trung Quốc

THÀNH PHẦN:
- 1 con gà tơ nguyên con, bỏ ruột
- 1/4 chén rượu Thiệu Hưng
- 1 muỗng canh muối kosher, cộng thêm nếu cần
- 1 1/2 ounce táo tàu đỏ khô (da zao)
- 1 ounce (25g) nấm hương khô, tốt nhất là thái lát
- 1 ounce (25g; khoảng 1/4 cốc) quả goji khô
- 3/4 ounce khoai lang khô Trung Quốc (huai shan; tùy chọn)
- 1/3 ounce rễ bạch chỉ thái lát khô (dong quai)
- 1/3 ounce củ hoa huệ khô (bai he; xem ghi chú)
- 4 hành lá, cắt nhỏ và cắt nhỏ
- 1 1/2 ounce gừng tươi gọt vỏ, thái lát mỏng
- 1/3 ounce (10g) sò điệp khô, xắt nhỏ
- 1/4 thìa cà phê tiêu trắng xay
- Nước tương trắng, tùy theo khẩu vị (tùy chọn; xem ghi chú)

ĐỐI VỚI TRANG TRÍ:
- 3/4 ounce táo tàu đỏ khô (da zao), bỏ hạt và thái lát
- 1/2 ounce quả goji khô
- Hành lá cắt nhỏ tùy thích

HƯỚNG DẪN:
a) Trong một nồi lớn hoặc lò kiểu Hà Lan, đổ nước lạnh vào gà lụa, đặt trên lửa lớn và đun sôi. Loại bỏ khỏi nhiệt. Để ráo nước, sau đó chuyển gà vào tô nước lạnh lớn cho đến khi nguội. Thoát nước tốt.

b) Xoa toàn bộ gà với rượu Thiệu Hưng và 1 thìa muối.

c) Trong khi đó, trong một bát chịu nhiệt vừa, kết hợp táo tàu, nấm hương, quả kỷ tử, khoai mỡ Trung Quốc (nếu dùng), rễ cây bạch chỉ và củ huệ. Đổ 1 2/3 cốc (400ml) nước sôi vào và để yên cho đến khi bù nước, khoảng 15 phút. Nếu sử dụng toàn bộ nấm hương, hãy cắt thành từng lát sau khi bù nước.

d) Làm sạch nồi kho hoặc lò nướng kiểu Hà Lan và cho gà lụa vào đó cùng với rượu Thiệu Hưng. Thêm chất thơm đã bù nước và chất lỏng ngâm của chúng cùng với hành lá, gừng, sò điệp khô và hạt tiêu trắng.

e) Đổ 4 lít (4L) nước lạnh vào và đun trên lửa vừa cho đến khi sôi nhẹ; hớt bọt nổi lên trên bề mặt. Giảm nhiệt để duy trì độ sôi nhẹ và nấu cho đến khi thịt gà chín hoàn toàn và thịt có thể tách khỏi xương dễ dàng, khoảng 45 phút.

f) Cẩn thận lấy gà ra khỏi nồi và chuyển sang bề mặt làm việc cho đến khi đủ nguội để xử lý, khoảng 5 phút. Dùng tay xé nhỏ thịt và da gà rồi cho vào tô nhỏ; Làm lạnh trước khi dùng.

g) Cho thân thịt trở lại nước dùng, đậy nắp và nấu ở lửa nhỏ để nước dùng trong hơn, khoảng 3 giờ hoặc đun sôi nhẹ để có nước dùng sánh mịn hơn, khoảng 2 giờ. Lọc lấy nước dùng, bỏ xác gà và chất thơm.

h) Đổ nguyên liệu vào nồi đã làm sạch và nêm muối và/hoặc nước tương trắng.

ĐỐI VỚI TRANG TRÍ:

i) Trong một chiếc bát chịu nhiệt nhỏ, trộn táo tàu và quả kỷ tử rồi thêm nước sôi vừa đủ. Để yên cho đến khi bù nước, khoảng 2 phút.

j) Khi đã sẵn sàng dùng, thêm thịt gà xé nhỏ vào nước dùng và hâm nóng cho đến khi sôi. Chia táo tàu, kỷ tử và hành lá trang trí vào các bát phục vụ, múc nước dùng và thịt gà lên trên. Phục vụ.

Súp đậu và ngũ cốc lạnh

89. Súp đậu trắng lạnh với pancetta giòn

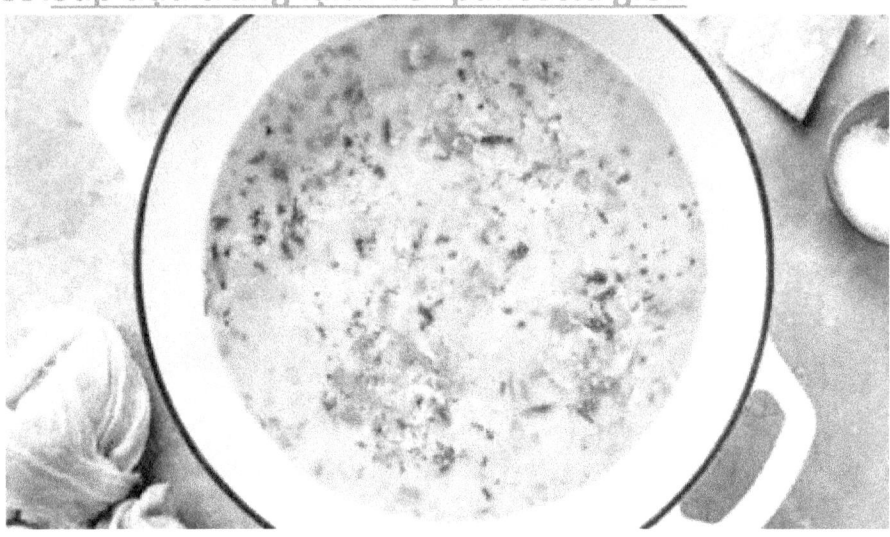

THÀNH PHẦN:
- 2 lon (mỗi lon 15 ounce) đậu trắng, để ráo nước và rửa sạch
- 2 tép tỏi, băm nhỏ
- 1/4 chén mùi tây tươi xắt nhỏ
- 2 thìa nước cốt chanh
- 2 muỗng canh dầu ô liu
- 1/2 thìa cà phê thì là xay
- Muối và hạt tiêu cho vừa ăn
- Pancetta hoặc thịt xông khói giòn để trang trí
- Rau mùi tây tươi cắt nhỏ để trang trí

HƯỚNG DẪN:
a) Trong máy xay sinh tố, kết hợp đậu trắng, tỏi băm, rau mùi tây cắt nhỏ, nước cốt chanh, dầu ô liu và thì là xay.
b) Xay đến khi mịn.
c) Nêm muối và hạt tiêu cho vừa ăn.
d) Làm lạnh súp trong tủ lạnh ít nhất 1 giờ.
e) Ăn nguội, trang trí với pancetta hoặc thịt xông khói giòn và rau mùi tây tươi cắt nhỏ.

90. Súp đậu ướp lạnh

THÀNH PHẦN:
- 4 cốc cà chua xắt nhỏ
- 2 cốc nước ép V8 nóng cay
- 1 lon (15 ounce) đậu đen, rửa sạch và để ráo nước
- 1 cốc dưa chuột xắt nhỏ
- 1 chén ớt ngọt đỏ hoặc vàng xắt nhỏ
- 1/2 chén hành đỏ xắt nhỏ
- 2 muỗng canh giấm balsamic
- 1 thìa cà phê đường
- 1/4 đến 1/2 muỗng cà phê sốt ớt cay
- 1/4 thìa cà phê thì là xay 1/4 thìa cà phê muối
- 1/4 thìa cà phê tiêu
- 7 thìa kem chua ít béo Dưa chuột thái lát, tùy thích

HƯỚNG DẪN:

a) Trong máy xay sinh tố, kết hợp cà chua và nước ép V8; đậy nắp và xử lý cho đến khi hòa quyện. Chuyển đến một bát lớn.

b) Khuấy đậu, dưa chuột xắt nhỏ, ớt ngọt, hành tây, giấm, đường và gia vị.

c) Đậy nắp và để lạnh ít nhất 4 giờ hoặc qua đêm. Ăn kèm với kem chua. Trang trí với dưa chuột thái lát nếu muốn.

91.Súp đậu lăng ướp lạnh và Quinoa

THÀNH PHẦN:
- 1 chén đậu lăng nấu chín
- 1/2 chén quinoa nấu chín
- 1 quả dưa chuột, gọt vỏ và thái hạt lựu
- 1 quả ớt chuông đỏ, thái hạt lựu
- 1/4 chén hành đỏ xắt nhỏ
- 2 muỗng canh mùi tây tươi xắt nhỏ
- 2 thìa nước cốt chanh
- 2 chén nước luộc rau
- Muối và hạt tiêu cho vừa ăn

HƯỚNG DẪN:

a) Trong một tô lớn, trộn đậu lăng đã nấu chín, quinoa nấu chín, dưa chuột thái hạt lựu, ớt chuông đỏ thái hạt lựu, hành đỏ cắt nhỏ và rau mùi tây cắt nhỏ.

b) Đổ nước luộc rau và nước cốt chanh vào hỗn hợp rồi khuấy đều.

c) Nêm muối và hạt tiêu cho vừa ăn.

d) Làm lạnh trong tủ lạnh ít nhất 1 giờ trước khi dùng.

e) Dùng lạnh, trang trí thêm rau mùi tây nếu muốn.

92. Súp đậu xanh và Bulgar ướp lạnh

THÀNH PHẦN:
- 1 lon (15 oz) đậu xanh, để ráo nước và rửa sạch
- 1/2 chén lúa mì bulgur nấu chín
- 1 quả cà chua, thái hạt lựu
- 1/4 chén hành đỏ thái hạt lựu
- 2 muỗng canh bạc hà tươi xắt nhỏ
- 2 thìa nước cốt chanh
- 2 chén nước luộc rau
- Muối và hạt tiêu cho vừa ăn

HƯỚNG DẪN:
a) Trong một tô lớn, trộn đậu xanh, lúa mì bulgur nấu chín, cà chua thái hạt lựu, hành đỏ thái hạt lựu, bạc hà cắt nhỏ, nước cốt chanh và nước luộc rau.
b) Khuấy đều để kết hợp.
c) Nêm muối và hạt tiêu cho vừa ăn.
d) Làm lạnh trong tủ lạnh ít nhất 1 giờ trước khi dùng.
e) Dùng lạnh, trang trí bằng một nhánh bạc hà.

93. Súp đậu đen và gạo lứt ướp lạnh

THÀNH PHẦN:
- 1 lon (15 oz) đậu đen, để ráo nước và rửa sạch
- 1/2 chén gạo lứt nấu chín
- 1 quả ớt chuông đỏ, thái hạt lựu
- 1/2 chén hạt ngô (tươi, đông lạnh hoặc đóng hộp)
- 1/4 chén hành đỏ thái hạt lựu
- 2 muỗng canh rau mùi tươi xắt nhỏ
- 2 thìa nước cốt chanh
- 2 chén nước luộc rau
- Muối và hạt tiêu cho vừa ăn

HƯỚNG DẪN:
a) Trong một tô lớn, trộn đậu đen, gạo lứt nấu chín, ớt chuông đỏ thái hạt lựu, hạt ngô, hành tím thái hạt lựu, ngò xắt nhỏ, nước cốt chanh và nước luộc rau.
b) Trộn đều để kết hợp.
c) Nêm muối và hạt tiêu cho vừa ăn.
d) Làm lạnh trong tủ lạnh ít nhất 1 giờ trước khi dùng.
e) Dùng nguội, trang trí thêm ngò nếu muốn.

94. Súp lúa mạch và đậu xanh ướp lạnh

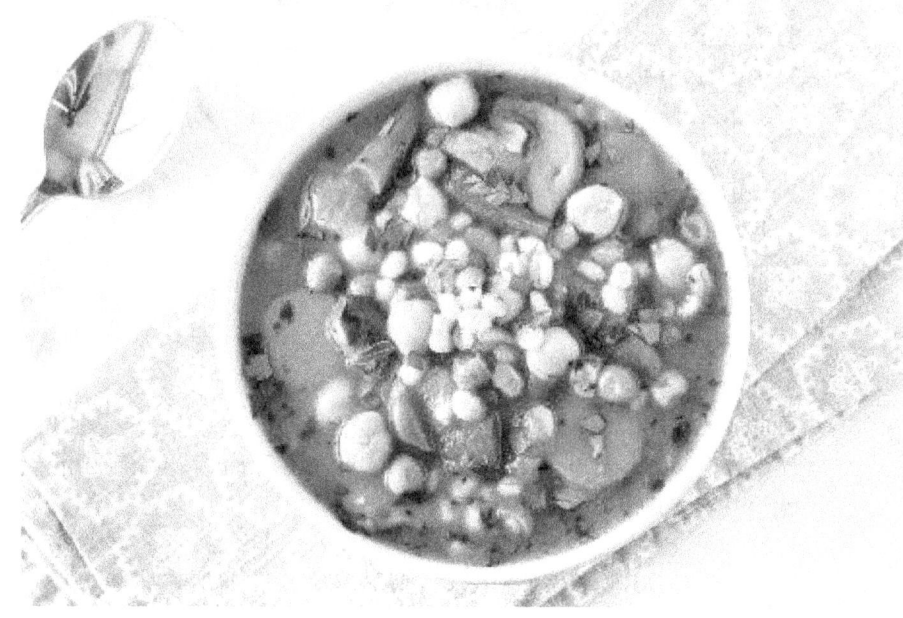

THÀNH PHẦN:
- 1/2 chén lúa mạch nấu chín
- 1 lon (15 oz) đậu xanh, để ráo nước và rửa sạch
- 1 quả dưa chuột, gọt vỏ và thái hạt lựu
- 1/2 chén cà chua bi, cắt đôi
- 1/4 chén hành đỏ thái hạt lựu
- 2 thìa thì là tươi xắt nhỏ
- 2 thìa nước cốt chanh
- 2 chén nước luộc rau
- Muối và hạt tiêu cho vừa ăn

HƯỚNG DẪN:
a) Trong một tô lớn, kết hợp lúa mạch nấu chín, đậu xanh, dưa chuột thái hạt lựu, cà chua bi, hành tím thái hạt lựu, thì là xắt nhỏ, nước cốt chanh và nước luộc rau.
b) Khuấy đều để kết hợp.
c) Nêm muối và hạt tiêu cho vừa ăn.
d) Làm lạnh trong tủ lạnh ít nhất 1 giờ trước khi dùng.
e) Ăn nguội, trang trí với một nhánh thì là.

95.Súp Đậu lăng đỏ và Bulgur ướp lạnh

THÀNH PHẦN:
- 1 chén đậu lăng đỏ, rửa sạch
- 1/2 chén lúa mì bulgur
- 1 củ cà rốt, thái hạt lựu
- 1 cọng cần tây, thái hạt lựu
- 1/2 chén cà chua thái hạt lựu
- 2 tép tỏi, băm nhỏ
- 1 thìa cà phê thì là xay
- 1/2 thìa cà phê ớt bột
- 4 chén nước luộc rau
- 2 thìa nước cốt chanh
- Muối và hạt tiêu cho vừa ăn

HƯỚNG DẪN:
a) Trong một nồi lớn, kết hợp đậu lăng đỏ, lúa mì bulgur, cà rốt thái hạt lựu, cần tây thái hạt lựu, cà chua thái hạt lựu, tỏi băm, thì là xay, ớt bột và nước luộc rau.
b) Đun sôi hỗn hợp, sau đó giảm nhiệt và đun nhỏ lửa trong 20-25 phút hoặc cho đến khi đậu lăng và bulgur chín và mềm.
c) Tắt bếp và để nguội một chút.
d) Khuấy nước cốt chanh và nêm muối và hạt tiêu cho vừa ăn.
e) Làm lạnh trong tủ lạnh ít nhất 1 giờ trước khi dùng.

Súp Mỳ Ý LẠNH

96.Mì Lạnh Cà Chua

THÀNH PHẦN:
- 2 pint cà chua bi chín, cắt đôi
- 2 muỗng cà phê muối kosher (Diamond Crystal)
- 12 đến 14 ounce somyeon, somen, capellini hoặc loại mì mỏng khác
- ¼ chén giấm gạo
- 2 muỗng canh nước tương
- 2 muỗng canh đường cát
- 1 tép tỏi lớn, băm nhuyễn
- ½ muỗng cà phê mù tạt Dijon
- ½ muỗng cà phê dầu mè nướng
- 2 cốc nước lọc lạnh
- 1 muỗng canh hạt mè rang
- 2 củ cải, thái lát mỏng
- 2 củ hành lá, thái lát mỏng theo góc cạnh
- 2 cốc đá nghiền hoặc đá viên

HƯỚNG DẪN:

a) Trong một tô lớn, trộn cà chua và muối với nhau. Hãy ngồi cho đến khi ngon ngọt, khoảng 10 phút.

b) Trong khi đó, đun sôi một nồi nước lớn. Luộc mì theo hướng dẫn trên bao bì, để ráo nước và xả sạch dưới nước lạnh. Để qua một bên.

c) Thêm giấm, nước tương, đường, tỏi, mù tạt và dầu mè vào cà chua rồi dùng thìa trộn đều cho đến khi hòa quyện. Khuấy nước lọc vào cà chua rồi rắc mè, củ cải và hành lá lên mặt nước dùng.

d) Ngay trước khi dùng, thêm đá vào nước dùng. Chia mì vào các bát, múc nước dùng và đá chưa tan vào, đảm bảo mỗi phần ăn đều được rắc cà chua, củ cải, hành lá và hạt vừng lên trên.

97. Súp Orzo Địa Trung Hải ướp lạnh

THÀNH PHẦN:
- 1 cốc mì ống orzo, nấu chín và để nguội
- 1 cốc dưa chuột thái hạt lựu
- 1 cốc cà chua bi, giảm một nửa
- 1/4 chén ô liu Kalamata thái lát
- 1/4 chén phô mai feta vụn
- 2 muỗng canh mùi tây tươi xắt nhỏ
- 2 thìa nước cốt chanh
- 2 muỗng canh dầu ô liu
- 2 chén nước luộc rau
- Muối và hạt tiêu cho vừa ăn

HƯỚNG DẪN:

a) Trong một tô lớn, trộn mì ống orzo đã nấu chín và để nguội, dưa chuột thái hạt lựu, cà chua bi cắt đôi, ô liu Kalamata thái lát, phô mai feta vụn, rau mùi tây cắt nhỏ, nước cốt chanh, dầu ô liu và nước luộc rau.

b) Khuấy đều để kết hợp.

c) Nêm muối và hạt tiêu cho vừa ăn.

d) Làm lạnh trong tủ lạnh ít nhất 1 giờ trước khi dùng.

e) Ăn nguội, trang trí thêm rau mùi tây và phô mai feta nếu muốn.

98. Súp mì ống cà chua ướp lạnh và húng quế

THÀNH PHẦN:
- 8 oz mì ống (chẳng hạn như fusilli hoặc penne), nấu chín và để nguội
- 2 quả cà chua lớn, thái hạt lựu
- 1/2 chén dưa chuột thái hạt lựu
- 1/4 chén húng quế tươi xắt nhỏ
- 2 muỗng canh giấm balsamic
- 2 muỗng canh dầu ô liu
- 2 chén nước luộc rau
- Muối và hạt tiêu cho vừa ăn

HƯỚNG DẪN:
a) Trong một tô lớn, trộn mì ống đã nấu chín và để nguội, cà chua thái hạt lựu, dưa chuột thái hạt lựu, húng quế cắt nhỏ, giấm balsamic, dầu ô liu và nước luộc rau.
b) Khuấy đều để kết hợp.
c) Nêm muối và hạt tiêu cho vừa ăn.
d) Làm lạnh trong tủ lạnh ít nhất 1 giờ trước khi dùng.
e) Dùng lạnh, trang trí thêm húng quế nếu muốn.

99. Súp mì Pesto ướp lạnh

THÀNH PHẦN:
- 8 oz mì ống (chẳng hạn như rotini hoặc farfalle), nấu chín và để nguội
- 1/2 chén pesto húng quế đã chuẩn bị
- 1 cốc cà chua bi, giảm một nửa
- 1/4 chén ô liu đen thái lát
- 2 thìa hạt thông
- 2 muỗng canh phô mai Parmesan bào
- 2 chén nước luộc rau
- Muối và hạt tiêu cho vừa ăn

HƯỚNG DẪN:
a) Trong một tô lớn, trộn mì ống đã nấu chín và để nguội, húng quế, cà chua bi, ô liu đen, hạt thông, phô mai Parmesan bào và nước luộc rau.
b) Khuấy đều để kết hợp.
c) Nêm muối và hạt tiêu cho vừa ăn.
d) Làm lạnh trong tủ lạnh ít nhất 1 giờ trước khi dùng.
e) Ăn nguội, trang trí thêm hạt thông và phô mai Parmesan nếu muốn.

100. Súp Salad mì ống Hy Lạp ướp lạnh

THÀNH PHẦN:

- 8 oz mì ống (chẳng hạn như rotini hoặc penne), nấu chín và để nguội
- 1/2 chén dưa chuột thái hạt lựu
- 1/2 chén cà chua thái hạt lựu
- 1/4 chén ô liu Kalamata thái lát
- 1/4 chén phô mai feta vụn
- 2 bàn
- 2 muỗng canh mùi tây tươi xắt nhỏ
- 2 thìa nước cốt chanh
- 2 muỗng canh dầu ô liu
- 2 chén nước luộc rau
- Muối và hạt tiêu cho vừa ăn

HƯỚNG DẪN:

a) Trong một tô lớn, trộn mì ống đã nấu chín và để nguội, dưa chuột thái hạt lựu, cà chua thái hạt lựu, ô liu Kalamata thái lát, phô mai feta vụn, rau mùi tây cắt nhỏ, nước cốt chanh, dầu ô liu và nước luộc rau.

b) Khuấy đều để kết hợp.

c) Nêm muối và hạt tiêu cho vừa ăn.

d) Làm lạnh trong tủ lạnh ít nhất 1 giờ trước khi dùng.

e) Ăn nguội, trang trí thêm rau mùi tây và phô mai feta nếu muốn.

PHẦN KẾT LUẬN

Khi chúng ta kết thúc hành trình xuyên qua thế giới súp lạnh, tôi hy vọng bạn cảm thấy có cảm hứng để đón nhận những món ăn sảng khoái và thơm ngon này như một món ăn chính trong tiết mục ẩm thực của mình. "Sách dạy nấu súp lạnh hoàn chỉnh" được tạo ra với niềm đam mê tôn vinh hương vị sống động và các nguyên liệu theo mùa khiến món súp ướp lạnh trở nên hấp dẫn không thể cưỡng lại.

Khi bạn tiếp tục khám phá thế giới súp lạnh, hãy nhớ rằng khả năng là vô tận. Cho dù bạn đang thử nghiệm những cách kết hợp hương vị mới, thêm sự biến tấu của riêng mình vào các công thức nấu ăn cổ điển hay chỉ đơn giản là thưởng thức một bát súp ướp lạnh yêu thích của bạn vào một ngày hè nóng nực, mỗi thìa có thể mang lại cho bạn niềm vui, sự sảng khoái và hài lòng.

Cảm ơn bạn đã tham gia cùng tôi trên hành trình ẩm thực này. Chúc những ngày hè của bạn tràn ngập những món súp lạnh thơm ngon, những người bạn thân thiết và những khoảnh khắc đáng nhớ được chia sẻ quanh bàn ăn. Cho đến khi chúng ta gặp lại nhau, chúc bạn nấu ăn vui vẻ và ngon miệng!

www.ingramcontent.com/pod-product-compliance
Lightning Source LLC
Chambersburg PA
CBHW050347120526
44590CB00015B/1595